INSIGHT PUBLICA®

INSIGHT PUBLICA
Nadakkavu, Kozhikode, Kerala
Tel:0495 4020666
www.insightpublica.com
e-mail: insightpublica@gmail.com
Mahavishnuvinte Chiri
(Malayalam Myth Stories)
Dr. S. Surendran Nair
First Edition: March 2021

ISBN 978-93-90535-65-1
Printed and Published by
Insightinpublica Printers & Publishers Pvt. Ltd.

മഹാവിഷ്ണുവിന്റെ ചിരി

(പുരാണ കഥകൾ)

ഡോ. എസ്. സുരേന്ദ്രൻ നായർ

INSIGHT PUBLICA®

സമർപ്പണം

ആശക്കും
ശ്രുതിക്കും
അഖിലിനും
നന്ദുവിനും.

കുന്നന്താനം (പത്തനംതിട്ട ജില്ല) സ്വദേശി. വിദ്യാഭ്യാസം: എം.എ. (ഹിന്ദി ഭാഷയും സാഹിത്യവും) -1984 എൻ.എസ്.എസ് ഹിന്ദുകോളേജ്, ചങ്ങനാശ്ശേരി. പി എച്ച്.ഡി. - കേരളസർവകലാശാല - 1995 (താരതമ്യപഠനം). ജോലി: റിട്ട. അസോ. പ്രൊഫസറും ഹിന്ദി വിഭാഗം അദ്ധ്യക്ഷനും (സെന്റ് സേവ്യേഴ്സ് കോളേജ്, തിരുവനന്തപുരം).

സെന്റ് സേവ്യേഴ്സ് കോളേജ് നാഷണൽ സർവീസ് സ്കീം പ്രോഗ്രാം ഓഫീസറായിരുന്നു. കോളേജ് പി.റ്റി.എ. സെക്രട്ടറിയായി 2 വർഷവും ജോയിന്റ് സെക്രട്ടറിയായി 1 വർഷവും പ്രവർത്തിച്ചു. അക്കാദമിക് പ്രവർത്തനങ്ങൾ: കേരളസർവകലാശാലയുടെയും കണ്ണൂർ സർവകലാശാലയുടേയും ബോർഡ് ഓഫ് സ്റ്റഡീസ് (ഹിന്ദി) അംഗമായിരുന്നു. യു.ജി.സി. കോഴ്സായ ബി.എ. ഫംഗ്ഷണൽ ഹിന്ദിയുടെ കോ- ഓർഡിനേറ്ററായിരുന്നു. കാര്യവട്ടത്തെ വിദൂരവിദ്യാഭ്യാസകേന്ദ്രത്തിനുവേണ്ടി പഠനസാമഗ്രികൾ തയ്യാറാക്കിയിട്ടുണ്ട്. വിവിധ വിദൂരവിദ്യാഭ്യാസ കേന്ദ്രങ്ങളിൽ ഗസ്റ്റ് അദ്ധ്യാപകനായി പ്രവർത്തിച്ചുവരുന്നു. യു.ജി.സിയുടെ മൈനർ റിസർച്ച് പ്രൊജക്റ്റ് പൂർത്തിയാക്കി. കേരള സർവകലാശാലയിൽ അംഗീകൃത റിസർച്ച് ഗൈഡായിരുന്നു.

ഹിന്ദിയിലും മലയാളത്തിലും കഥകൾ, കവിതകൾ, ലേഖനങ്ങൾ എന്നിവ പ്രസിദ്ധീകരിച്ചിട്ടുണ്ട്. തിരുവനന്തപുരം സെന്റ്സേവ്യേഴ്സ് കോളേജിന്റെ സുവർണ്ണജൂബിലി സ്മരണിക 'സുവർണ്ണസ്മൃതി' യുടെ (2015) ചീഫ് എഡിറ്റർ, ദേവനഗറിന്റെ 'ദേവാക്ഷരി' എന്ന പ്രസിദ്ധീകരണത്തിന്റെ ചീഫ് എഡിറ്റർ.

കൃതികൾ : *ഉലേരി ഔർ കേസരി, ഹിന്ദി ഔർ മലയാളം കേ മിഥക് കാവ്യ, ശ്രീകൃഷ്ണ കാ സപ്ന, പുരാണ കഥാമൃതം, ശ്രീകൃഷ്ണന്റെ സ്വപ്നം, ശ്രീകൃഷ്ണന്റെ പുഞ്ചിരി.*

പിതാവ്: ശ്രീ. മാധവൻ നായർ സി.കെ, മാതാവ്: ശ്രീമതി ജാനകിയമ്മ വി.പി, ഭാര്യ : ശ്രീമതി ആശാലത. കെ. (ഹയർസെക്കന്ററി ബോട്ടണി അദ്ധ്യാപിക-ഗവ.ഹയർസെക്കന്ററി സ്ക്കൂൾ, കുളത്തൂർ). മകൾ: ശ്രുതി എസ്. (ടി.ജി.ടി. ഇംഗ്ലീഷ്, കേന്ദ്രീയവിദ്യാലയ, നെല്ലൂർ.) മരുമകൻ: ശ്രീ അഖിൽ ടി. നായർ. (പിഎച്.ഡി സ്കോളർ, എൻ. ഐ. റ്റി, ട്രിച്ചി.) പൗത്രൻ: മാസ്റ്റർ മഹാദേവ് എസ്.എ. നായർ

മേൽവിലാസം : ശ്രാവണം, ദേവനഗർ -10,
കഴക്കൂട്ടം. പി.ഒ, തിരുവനന്തപുരം-695 582

ഫോൺ : 9496162590

ഡോ. എസ്. സുരേന്ദ്രൻ നായർ

മുഖക്കുറിപ്പ്

ചിരി പലപ്പോഴും ഒരാളിന്റെ ഉള്ളിലേക്ക് കടന്നുചെല്ലുവാനുള്ള രാജവീഥിയാണ്. ഒരു ചിരി കൊണ്ട് ഒരുമനസ്സിലോ, പലമനസ്സുകളിലോ ചിരപ്രതിഷ്ഠ നേടാൻ കഴിഞ്ഞവരുണ്ടാകും. ഒരു ചിരി കൊണ്ട് നീണ്ട ശത്രുത അവസാനിപ്പിച്ചവരും ഉണ്ടാകും. ചിരിക്കാനറിയുന്നവരും ചിരിപ്പിക്കാനറിയുന്നവരുമായ ധാരാളം ആളുകൾ ഉള്ളതുകൊണ്ടാണ് ഈ ഭൂമിയുടെ മുഖം ഇന്നും തുടുത്തിരിക്കുന്നത്. ചിരിക്കുന്ന മുഖം ചുറ്റും പ്രകാശം പരത്തും. പച്ചമേലങ്കി അണിയിച്ച് പ്രകൃതിയെ ഒരുക്കിയ അതേ ഈശ്വരൻ തന്നെയാണ് ചിരിക്കാൻ കഴിയുന്ന മുഖമുള്ള മനുഷ്യനെ ഭൂമിയിൽ അവതരിപ്പിച്ചത്. ഇരുവരും ഒത്തുചേർന്ന് ഭൂമിക്ക് പ്രസാദകത്വം പകരുമെന്ന് അദ്ദേഹം കരുതി ഇരിക്കും. ഭൂമിയിൽ പ്രസാദകത്വം ഏറെ ആവശ്യമായിട്ടുള്ള ഒരു മേഖലയാണ് ദാമ്പത്യം. ഭദ്രമായി നിലനിർത്താൻ ഏറെ പ്രയാസമുള്ള ഒരു മേഖല കൂടിയാണിത്. നൂല് കെട്ടി ആരംഭിക്കുന്ന ദാമ്പത്യം നൂലുപോലെയാണെന്ന് ചിലർ പറയാറുണ്ട്. നൂലുകൊണ്ട് സുന്ദരമായ ചിത്രങ്ങൾ പലതും നമുക്ക് നെയ്തെടുക്കുവാനാകും. പക്ഷേ, ആഞ്ഞുവലിച്ചാൽ അത് പൊട്ടിപ്പോകും. ഒരിക്കൽ പൊട്ടിയ ഇഴകൾ പഴയതുപോലെ ആകില്ല. 'ഏച്ചുകെട്ടിയാൽ മുഴച്ചിരിക്കും' എന്നാണല്ലോ? അതുകൊണ്ട് ദാമ്പത്യമാകുന്ന നൂലു കൊണ്ട് വർണ്ണചിത്രം നെയ്തെടുക്കുവാനുള്ള വിരുത് നമ്മൾ ആർജ്ജിക്കേണ്ടതായിട്ടുണ്ട്. ദാമ്പത്യം ചിരിയും കളിയും നിറഞ്ഞതാകണമെന്ന് ആഗ്രഹിക്കാത്തവർ ഉണ്ടാവില്ല. ചിരി ദാമ്പത്യഭദ്രതയെ ഊട്ടി വളർത്തുന്ന ഒന്നാണ്. പക്ഷേ, ചിലപ്പോഴെങ്കിലും അത് വിപരീതഫലം ഉണ്ടാക്കാറുണ്ട്. അതു കൊണ്ട് ചിരിയുടെ ശക്തി-ദൗർബല്യങ്ങൾ തിരിച്ചറിഞ്ഞ് അതിനെ ദാമ്പത്യഭദ്രതക്ക് സഹായകരമാക്കണമെന്നുപദേശിക്കുന്ന കഥയാണ് 'മഹാവിഷ്ണുവിന്റെ ചിരി'. സല്ക്കർമ്മം

കൊണ്ട് ഏത് ജന്മത്തിലും ഏത് അവസ്ഥയിലും ധന്യത കൈവരിക്കാനാകുമെന്ന് പറയുന്ന 'ചിത്രകേതു', പരസ്പര സ്നേഹത്തോടെ ജീവിച്ച് മനുഷ്യജന്മത്തിന്റെ മാഹാത്മ്യവും വിശുദ്ധിയുമെന്തെന്ന് മറ്റുള്ളവർക്ക് ബോധ്യപ്പെടുത്തി കൊടുക്കുവാൻ ബാധ്യതയുള്ള ചില സന്യാസിമാരും രാജാക്കന്മാരും വംശ വിദ്വേഷവും കുടിപ്പകയും വച്ചുപുലർത്തിയതിന്റെ കെടുതികൾ വിവരിക്കുന്ന 'വംശഹത്യ', വിധിയുടെ വിളയാട്ടങ്ങളെപ്പറ്റി പ്രതിപാദിക്കുന്ന 'ദേവകിയുടെ മക്കൾ', സുഖഭോഗങ്ങളോടുള്ള അമിതാസക്തിയുടെ ദുഷ്പരിണാമം വ്യക്തമാക്കുന്ന 'ആത്രേയപുരി', പ്രവചനാതീതമായ മനുഷ്യ മനസ്സിന്റെ കഥ പറയുന്ന 'മനസ്സൊരു മാന്ത്രിക കുതിര' തുടങ്ങിയ ജീവിതത്തെപ്പറ്റി സമഗ്രമായ ഉൾക്കാഴ്ച നല്കുന്ന കുറച്ചു കഥകളാണ് ഈ രചനയിലുള്ളത്. ജീവിതത്തെപ്പറ്റി സ്വസ്ഥവും ആരോഗ്യകരവുമായ ഒരു കാഴ്ചപ്പാടുണ്ടാക്കിയെടുക്കാൻ ഈ കഥകൾ നമ്മെ സഹായിക്കുമെന്ന് വിശ്വസിക്കുന്നു.

'ശ്രീകൃഷ്ണന്റെ പുഞ്ചിരി'യേയും 'ശ്രീകൃഷ്ണന്റെ സ്വപ്ന'ത്തെയും സ്വീകരിച്ച വായനക്കാർ 'മഹാവിഷ്ണുവിന്റ ചിരി'യെയും സ്വീകരിക്കുമെന്ന് പ്രത്യാശിക്കുന്നു. എന്റെ പ്രിയ പത്നി ആശയും മകൾ ശ്രുതിയും ജാമാതാവ് അഖിലും കൊച്ചു മകൻ നന്ദു മഹാദേവും ഈ രചനക്ക് നല്കിയ പ്രേരണയും പ്രോത്സാഹനവും ഏറെ വിലപ്പെട്ടതാണ്. 'മഹാവിഷ്ണുവിന്റെ ചിരിയും' ഒപ്പമുള്ള കഥകളും നമുക്ക് ഉൾക്കാഴ്ചകൾ പകർന്നു തരുവാൻ കെല്പുള്ളവയാണെന്ന് കരുതുന്നു. കാലാനുസാരികളായ ഈ കഥകളെ സഹൃദയ സമക്ഷം സാദരം സമർപ്പിക്കുന്നു.

ഡോ.എസ്.സുരേന്ദ്രൻ നായർ

കഥകൾ

മഹാവിഷ്ണുവിന്റെ ചിരി

പുഞ്ചിരിക്കാനുള്ള കഴിവ് മനുഷ്യന് കിട്ടിയ വരദാനമാണത്രേ! ബന്ധങ്ങൾ ഊഷ്മളമായി നിലനിർത്തുന്നതിൽ പുഞ്ചിരി വഹിക്കുന്ന പങ്ക് വളരെ വലുതാണ്. ചിരിയും കളിയും നിറഞ്ഞ ഗൃഹാന്തരീക്ഷം പൊതുവെ എല്ലാവർക്കും ഇഷ്ടമാണ്. എന്നാലും അധികം ചിരിക്കാത്തവരെ പലകുടുംബങ്ങളിലും നമുക്ക് കാണാൻ കഴിയും. അധികം ചിരിച്ചാൽ കരയേണ്ടി വരുമെന്ന് ഭയപ്പെടുന്നവരുണ്ട്. അമൃതായാലും അധികം ആവരുതെന്ന് ചിന്തിക്കുന്നവരും ധാരാളമായി ഉണ്ടാകും. അവസരത്തിനൊപ്പിച്ച് ആവശ്യത്തിനു മാത്രം ചിരിക്കണം. പണ്ട് പാഞ്ചാലി അനവസരത്തിൽ ഉറക്കെചിരിച്ചതു കൊണ്ടാണ് മഹാഭാരതയുദ്ധം ഉണ്ടായതെന്ന് പറയുന്നവരുണ്ട്. ദാമ്പത്യത്തിന് ദൈർഘ്യം കൂടുമ്പോൾ ചിരിയുടെ ഉദ്ദേശ്യവും അതിന്റെ അർഥതലങ്ങളുമൊക്കെ ഏറെ വ്യാഖ്യാനങ്ങൾക്ക് വിധേയമാകാറുണ്ട്. ചിലപ്പോൾ കുടുംബകലഹത്തിന് വഴിമരുന്നിടാൻ ഒരു ചിരി തന്നെ ധാരാളമായിരിക്കും. 'എന്താണിത്ര ചിരിക്കാൻ' എന്ന ചോദ്യം പല വീടുകളിലെയും ദമ്പതികൾ എപ്പോഴെങ്കിലുമൊക്കെ ചോദിച്ചിട്ടുണ്ടാകും. വിഷ്ണുലോകത്തും അങ്ങനെയുള്ള ചോദ്യങ്ങൾ ഉണ്ടായിട്ടുണ്ട്.

ഒരിക്കൽ മഹാവിഷ്ണു ലക്ഷ്മീദേവിയെ നോക്കി ചിരിച്ചു. അകാരണമായുള്ള ഈ ചിരിയിൽ ദേവിക്കെന്തോ ഒരു പന്തികേട് തോന്നി. അത് അർഥം വച്ചുള്ള ഒരു പരിഹാസച്ചിരിയാണെന്ന് ലക്ഷ്മീദേവിക്ക് തോന്നി. ഒരു പക്ഷേ, തന്നെക്കാൾ സുന്ദരിയായ ഒരു യുവതി ആ മനസ്സിൽ പ്രവേശിച്ചിട്ടുണ്ടാകാം. അല്ലെങ്കിൽ എന്നെ നോക്കി ഇങ്ങനെ ചിരിക്കുമായിരുന്നില്ല. തീർച്ചയായും ഏതോ ഒരു സുന്ദരി നിമിത്തം ഇദ്ദേഹത്തിന് എന്നോടുള്ള പ്രതിപത്തി കുറഞ്ഞിരിക്കുന്നു. പെട്ടെന്ന് കോപതാപാദികൾ കൊണ്ട് ദേവിയുടെ മുഖം ചുവന്നു. വികാരാവേശം

കാരണം വിവേകം കൈവിട്ടുപോയ നിമിഷം ദേവി "ഭഗവാന്റെ തലയറ്റുപോകട്ടെ" എന്ന് ശപിച്ചു.

വിഷ്ണുവിന് നിരവധി അസുര ശ്രുത്രുക്കളെ നേരിടേണ്ടി വന്നു. ഹയഗ്രീവൻ എന്ന അസുരന്റെ നേതൃത്വത്തിൽ തന്നെ വെല്ലുവിളിച്ച വില്ലാളിവീരന്മാരായ അസുരന്മാരെ മഹാവിഷ്ണു ഒറ്റക്ക് നേരിട്ടു. ആ പോരാട്ടം ഏറെക്കാലം നീണ്ടുനിന്നു. വിഷ്ണുവിന് വിശ്രമം അനിവാര്യമാണെന്ന് തോന്നി. യുദ്ധം എപ്പോൾ വേണമെങ്കിലും പുനരാരംഭിക്കേണ്ടി വരുമെന്നുള്ളതു കൊണ്ട് മഹാവിഷ്ണു സ്വന്തം വില്ലിന്റെ ഞാൺ അഴിച്ചില്ല. വില്ലിന്റെ ഒരഗ്രം ഭൂമിയിൽ ഉറപ്പിച്ചിട്ട് മേലറ്റത്ത് താടി ഊന്നി കൊണ്ട് അദ്ദേഹം വിശ്രമിച്ചു. പത്മാസനത്തിൽ ഇരുന്നു കൊണ്ടുള്ള ഭഗവാന്റെ വിശ്രമം അല്പം നീണ്ടു പോയി.

ഈ സമയം ദേവന്മാർ ഒരു മഹായാഗത്തിന് ഒരുങ്ങുകയായിരുന്നു.

യാഗസ്ഥലത്ത് ദേവന്മാരെല്ലാം എത്തിച്ചേർന്നു. യാഗം ആരംഭിക്കുവാനുള്ള സമയമായി. എല്ലാവരും യാഗനാഥനായ മഹാവിഷ്ണുവിനെ കാത്തിരിക്കുകയായിരുന്നു. യാഗനാഥനില്ലാതെ യജ്ഞം ആരംഭിക്കാൻ കഴിയാത്തതു കൊണ്ട് ബ്രഹ്മാവിന്റെ നേതൃത്വത്തിൽ ഒരു സംഘം വൈകുണ്ഠത്തിലെത്തി. വിഷ്ണു അവിടെയുണ്ടായിരുന്നില്ല. മഹാവിഷ്ണുവിനെ തേടിയിറങ്ങിയ ബ്രഹ്മാദികൾ അവസാനം വിഷ്ണു വിശ്രമിക്കുന്നിടത്ത് എത്തിച്ചേർന്നു. ഏറെ ശ്രമിച്ചെങ്കിലും ഗാഢനിദ്രയിൽ നിന്നും വിഷ്ണുവിനെ ഉണർത്താൻ അവർക്ക് സാധിച്ചില്ല. ഏറെ കാത്തു നിന്നിട്ടും ഫലമില്ലാതെ വന്നപ്പോൾ ബ്രഹ്മാവ് കുറെ ചിതലുകളെ സൃഷ്ടിച്ചു. മണ്ണിലൂന്നിയിരിക്കുന്ന വില്ലിന്റെ അഗ്രം ചിതലുകൾ തിന്നുകയാണെങ്കിൽ ഞാൺപൊട്ടി വില്ല് നിവരുമ്പോൾ വിഷ്ണു ഭഗവാൻ ഗാഢനിദ്ര വിട്ടുണരും. അതു കഴിഞ്ഞാൽ ദേവന്മാരുടെ യജ്ഞത്തിൽ അദ്ദേഹത്തെ പങ്കെടുപ്പിക്കാം. പുതു സൃഷ്ടികളായ ചിതലുകൾക്ക് മുമ്പാകെ ബ്രഹ്മാവ് തന്റെ പദ്ധതി അവതരിപ്പിച്ചു. എന്നാൽ ഈ പദ്ധതി ചിതലുകൾ അംഗീകരിച്ചില്ല. ദേവകാര്യാർഥം അനുഷ്ഠിക്കുന്ന പുണ്യകർമ്മത്തിൽ പങ്കാളികളാകുവാനുള്ള സുവർണ്ണാവസരമാണ് നിങ്ങൾക്ക് കൈവന്നിരിക്കുന്നതെന്ന് ബ്രഹ്മാവ് ചിതലുകളെ ഓർമ്മിപ്പിച്ചു. തന്റെ പുതു സൃഷ്ടികൾ തീരെ അനുസരണയില്ലാത്തവരാണല്ലോയെന്ന് ഓർത്ത ബ്രഹ്മാവിന് കുണ്ഠിതം തോന്നി. അപ്പോൾ ചിതലുകൾ പറഞ്ഞു- "ഭഗവാൻ ഉണർന്നാൽ അതിന്റെ പുണ്യം ദേവന്മാർക്ക് ലഭിക്കും. ഭഗവാനെ ഉണർത്തുന്നതിന്റെ ഘോര പാപം ഞങ്ങൾ അനുഭവിക്കേണ്ടി വരും. നിദ്രാഭംഗം വരുത്തുകയെന്നത് ബ്രഹ്മഹത്യക്ക് തുല്യമായ നാല് പാപങ്ങളിൽ ഒന്നാണല്ലോ?"

(നിദ്രാഭംഗം, കഥാച്ഛേദം, ഇണകളെ തമ്മിലകറ്റുക, മാതാവിൽ നിന്നും ശിശുവിനെ അകറ്റുക എന്നീ നാല് കർമ്മങ്ങൾ ബ്രഹ്മഹത്യക്ക് തുല്യമാണത്രേ!)

തന്റെ പുതിയ സൃഷ്ടിയോട് ബ്രഹ്മാവിന് മതിപ്പ് തോന്നി. ഉത്തമസൃഷ്ടിയായി കരുതിപോന്ന മനുഷ്യരിൽ ചിലരെക്കാളും ഔചിത്യബോധം ഈ ചെറു സൃഷ്ടിക്കുണ്ടല്ലോ? യാഗത്തിലൊരു ഭാഗം ചിതലിന് അനുവദിക്കാമെന്ന് ബ്രഹ്മാവ് അറിയിച്ചു. അഗ്നിയിൽ അർപ്പിക്കുമ്പോൾ വശങ്ങളിൽ പതിക്കുന്ന ഹവിസിന് അന്നുമുതൽ ചിതലുകൾ അവകാശികളായി. സന്തുഷ്ടരായ ചിതലുകൾ ബ്രഹ്മാവ് പറഞ്ഞതനുസരിച്ചു. മഹാവിഷ്ണു താടിയമർത്തിയിരിക്കുന്ന വില്ലിന്റെ മണ്ണിനെ തൊട്ടുള്ള ഞാണിന്റെ ഭാഗം ചിതലരിച്ചു. ഞാൺ പൊട്ടിയതും വില്ല് ഞടുക്കുന്ന ശബ്ദത്തോടെ നിവർന്നു. അതിന്റെ അഗ്രത്തിൽ അമർത്തിവച്ചിരുന്ന വിഷ്ണുവിന്റെ ശിരസ് കുണ്ഡലങ്ങളോട് കൂടി ഉയർന്ന് തെറിച്ച് സമുദ്രത്തിൽ പതിച്ചു. അപ്പോഴുണ്ടായ വൻ പ്രകമ്പനത്തിൽ പ്രപഞ്ചം മുഴുവൻ ഞെട്ടിവിറച്ചു. ബ്രഹ്മാവും ശിവനും ദേവഗണങ്ങളും മഹേശ്വരീദേവിയെ കാര്യങ്ങൾ ധരിപ്പിച്ചു. ലക്ഷ്മീദേവിയുടെ ശാപഫലമായിട്ടാണ് ഇങ്ങനെ സംഭവിച്ചതെന്ന് ബ്രഹ്മാവിനും ശിവനും ദേവതകൾക്കും മനസ്സിലായി. ദേവിയുടെ അനുഗ്രഹം ലഭിച്ചതു കൊണ്ട് കുതിരയുടെ കഴുത്തുള്ള ഒരാൾക്ക് മാത്രമേ ഹയഗ്രീവൻ എന്ന അസുരനെ വധിക്കുവാൻ കഴിയുമായിരുന്നുള്ളൂ. തുടർന്ന് ദേവിയുടെ ശാപത്തെ അനുഗ്രഹമാക്കി മാറ്റുവാനുള്ള പദ്ധതികൾ ദേവന്മാർ തയ്യാറാക്കി. അവർ മഹാവിഷ്ണുവിന് ഒരു കുതിരയുടെ തല വച്ചുപിടിപ്പിച്ചു. തന്റെ തല തെറിപ്പിച്ച ചിതലുകളുടെ ശക്തി ഹയഗ്രീവനെതിരെ ഉപയോഗിക്കുവാൻ മഹാവിഷ്ണു തീരുമാനിച്ചു. യുദ്ധം പുനരാരംഭിച്ചപ്പോൾ ഹയഗ്രീവന്റെ വില്ലിന്റെ ഞാണിനെ ചിതലുകൾ ദുർബലപ്പെടുത്തി. വിഷ്ണുവിന് ഹയഗ്രീവനെ എളുപ്പത്തിൽ വധിക്കാൻ കഴിഞ്ഞു.

വിഷ്ണുവിന് കിട്ടിയ ലക്ഷ്മീദേവിയുടെ ശാപം കടുത്തതായിപ്പോയി എന്ന് തോന്നാം. കുടുംബ കലഹങ്ങൾ പലതും ഉണ്ടാകുന്നത് ശരിയും തെറ്റും സമഗ്രമായി പരിശോധിച്ചിട്ടൊന്നുമല്ലല്ലോ? പലപ്പോഴും അത് തെറ്റിദ്ധാരണയോ സഞ്ചിതമായ അതൃപ്തിയോ ഒക്കെ കൊണ്ട് സംഭവിച്ച് പോകുന്നതാകുമല്ലോ? തന്റെ പാദസേവ ചെയ്തുകൊണ്ടിരുന്ന ലക്ഷ്മീദേവിയെ പെൺകുതിരയായി ഭൂമിയിൽ പിറക്കട്ടെയെന്ന് ശപിച്ച ആളാണല്ലോ മഹാവിഷ്ണു. ഉച്ചൈശ്രവസിന്റെ പുറത്തേറി വന്ന രേവന്തനെ അല്പനേരം നോക്കി ഇരുന്നുവെന്നുള്ളതായിരുന്നു ലക്ഷ്മിയിൽ ആരോപിതമായ കുറ്റം. അവസാനം ഭാര്യയെ വീണ്ടെടുക്കാൻ

വിഷ്ണുവിനും കുതിരയായി പിറക്കേണ്ടി വന്നു. ഇതുമൂലം ഭൂമിയിൽ ഹേഹയന്മാർ എന്ന ഒരു പുതിയ വീരന്മാരുടെ വംശത്തെ സൃഷ്ടിക്കാനായി. ലക്ഷ്മീദേവിയുടെ ശാപഫലമായി ഭൂമിയിൽ ചിതലുകൾ സൃഷ്ടിക്കപ്പെട്ടു. ചെറിയ പ്രവൃത്തികൾക്ക് വിചാരിക്കാത്തത്ര വലിയപരിണാമം ഉണ്ടാകാമെന്ന് നമ്മെ ഓർമ്മിപ്പിക്കുന്നവരാണ് ചിതലുകൾ. വാക്കിലും നോക്കിലും പ്രവൃത്തിയിലും ചിരിയിലും അനൗചിത്യമുണ്ടായാൽ ദാമ്പത്യത്തെ ചിതലരിച്ചേക്കാം.

അവലംബം-ദേവീപുരാണം

ചിത്രകേതു

മനുഷ്യന് ജീവിതത്തിൽ സന്തോഷിക്കുവാനും സങ്കടപ്പെടുവാനും അവസരങ്ങൾ ഉണ്ടാകും. ഈ അവസ്ഥകൾ ജീവിതത്തിൽ ഉടനീളം ഉണ്ടാകും. നമുക്ക് വേണ്ടത് നാം തന്നെ കണ്ടെത്തേണ്ടതായിട്ടുണ്ട്. പലപ്പോഴും നാം നമുക്ക് കൈവന്നിരിക്കുന്ന സൗഭാഗ്യങ്ങൾ കാണാതിരിക്കുകയും കൈവിട്ടുപോയവയെ ഓർത്ത് സങ്കടപ്പെടുകയും ചെയ്യാറുണ്ട്. മറ്റുള്ളവർ നമ്മെ പരമസൗഭാഗ്യശാലികളായി കരുതുമ്പോഴും നമുക്ക് സൗഭാഗ്യം അനുഭവവേദ്യമല്ലാതെ പോകാറുമുണ്ട്. അതിന് കാരണം നമ്മുടെ മനസ്സാണ്. ഇക്കാര്യം ബോധ്യപ്പെടുത്തുന്ന നിരവധി പുരാണ കഥകളുണ്ട്. നഹുഷന്റെ കഥ ഇതിന് ഉത്തമ ഉദാഹരണമാണ്. പൊതുവെ മനുഷ്യരൊക്കെ സ്വർഗ്ഗപ്രാപ്തി കൊതിക്കുന്നവരാണല്ലോ. സ്വർഗ്ഗവർണ്ണന കേൾക്കുമ്പോൾ തന്നെ പലരുടെയും മനസ്സ് നിർവൃതി അടയും. മനുഷ്യനായ നഹുഷൻ മറ്റുള്ളവരുടെ ദൃഷ്ടിയിൽ പരമഭാഗ്യവാനായിരുന്നു. എല്ലാവരും കൊതിക്കുന്ന സ്വർഗ്ഗപ്രാപ്തി അദ്ദേഹത്തിന് അനായാസം കൈവന്നു. മാത്രമല്ല, ദേവന്മാർ വൻ പ്രതീക്ഷയോടെ അദ്ദേഹത്തെ സ്വർഗ്ഗാധിപനാക്കി. ചുരുങ്ങിയ സമയം കൊണ്ട് അദ്ദേഹം തന്റെ ഭരണ നൈപുണ്യം തെളിയിച്ചു. എല്ലാവരും തൃപ്തരായിരുന്നു. എന്നാൽ സ്വർഗ്ഗത്തിന്റെ അധിപനും പാർവതീദേവിയുടെ മാനസപുത്രിയായ അശോകസുന്ദരിയുടെ പ്രിയതമനുമായ നഹുഷന് മാത്രം ലഭ്യമായ ഐശ്വര്യങ്ങളിൽ തൃപ്തിയുണ്ടായില്ല. പഴയ ഇന്ദ്രന്റെ ഭാര്യയായ ശചീദേവി തനിക്ക് വഴങ്ങുന്നില്ലായെന്നതായിരുന്നു നഹുഷന്റെ അതൃപ്തിക്ക് കാരണം. ഈ ഒരു കുറവ് തന്റെ എല്ലാ നേട്ടങ്ങളെയും നിഷ്പ്രഭമാക്കിയതായി നഹുഷന് അനുഭവപ്പെട്ടു. തന്റെ ഒരേയൊരു കുറവ് പരിഹരിക്കാനുള്ള വ്യഗ്രതയിൽ അഗസ്ത്യശാപം ഏറ്റുവാങ്ങിയ നഹുഷൻ എല്ലാ സൗഭാഗ്യങ്ങളും നഷ്ടപ്പെടുത്തി ഏറെക്കാലം

പെരുമ്പാമ്പിന്റെ രൂപത്തിൽ ഭൂമിയിൽ കഴിഞ്ഞുകൂടി. സൗഭാഗ്യങ്ങൾ അധികരിക്കുമ്പോൾ മനുഷ്യൻ സ്വാഭാവികമായും അഹങ്കരിക്കും. അതു കൊണ്ടുതന്നെ എല്ലാം തികഞ്ഞ ജീവിതം മനുഷ്യന് ലഭ്യമാകാറില്ല. പലരാജാക്കന്മാർക്കും അനപത്യദുഃഖം അനുഭവിക്കേണ്ടി വന്നിട്ടുണ്ട്. ചിലരൊക്കെ കഠിനമായ തപസ്യ കൊണ്ട് ആ ദുഃഖത്തെ അകറ്റിയിട്ടുണ്ട്. മറ്റു ചിലർ ധ്യാനത്തിൽ മുഴുകി മനസ്സിന് ഇല്ലായ്മയിൽ നിന്നും വിടുതൽ നേടി കൊടുത്തിട്ടുണ്ട്. ജീവിതത്തിന്റെ പരിമിതികൾ ഉൾക്കൊണ്ട് അതിനെ കഴിയുന്നത്ര സാർഥകമാക്കാൻ ശ്രമിക്കുകയെന്നുള്ളതാണ് നമുക്ക് ഏറ്റവും കരണീയമായിട്ടുള്ളത്. അനുഗ്രഹവും ശാപവുമൊക്കെ ഏറ്റുവാങ്ങി ജീവിച്ച ചിത്രകേതുവിന്റെ കഥ ഇത്തരുണത്തിൽ പ്രസക്ത മാണ്.

ശൂരസേനം എന്ന രാജ്യത്തെ രാജാവായിരുന്നു ചിത്രകേതു. ഒരിക്കൽ അംഗിരസ് ഈ രാജാവിന്റെ ആതിഥ്യം സ്വീകരിച്ചു. നാല് ഭാര്യമാരുണ്ടായിരുന്നിട്ടും ചിത്രകേതുവിന് സന്തതികളുണ്ടായിരുന്നില്ല. ചിത്രകേതുവിന്റെ ദുഃഖം കണ്ടറിഞ്ഞ അംഗിരസ് അദ്ദേഹത്തിന് ആദ്യ ഭാര്യയായ കൃതദ്യുതിയിൽ ഒരു കുഞ്ഞുണ്ടാകുമെന്ന് അനുഗ്രഹിച്ചു. അധികം താമസിയാതെ കൃതദ്യുതി ഗർഭിണിയായി. രാജാവിന് തന്റെ ജന്മം സഫലമായതായി തോന്നി. കൃതദ്യുതിയോടുള്ള രാജാവിന്റെ സ്നേഹം ഇരട്ടിയായി. മറ്റ് മൂന്ന് രാജപത്നിമാർക്ക് രാജാവിന്റെ ഈ മനോഭാവം ഇഷ്ടമായില്ല. അവർക്ക് കൃതദ്യുതിയോട് കടുത്ത അസൂയ തോന്നി. എങ്കിലും അവർ അത് പുറമെ പ്രകടിപ്പിച്ചില്ല. കൃതദ്യുതിയുടെ പ്രസവ സമയത്ത് സപത്നിമാർ കൂടെയുണ്ടായിരുന്നു. അനുകൂല സാഹചര്യത്തിനുവേണ്ടി കാത്തിരുന്ന അവർ കൃതദ്യുതിയുടെ നവജാത ശിശുവിനെ നിർദ്ദയം വധിച്ചു കളഞ്ഞു. രാജാവും കൃതദ്യുതിയും ഏറെ ദുഃഖിതരായി. വിവരം അറിഞ്ഞ് നാരദരോടൊപ്പം അംഗിരസ് ചിത്ര കേതുവിന്റെ കൊട്ടാരത്തിലെത്തി. രാജാവിന്റെ ദുഃഖശമനത്തിനായി അംഗിരസ് മൃതശിശുവിന്റെ ആത്മാവിനെ ആവാഹിച്ചു വരുത്തി. തനിക്ക് നിശ്ചയിക്കപ്പെട്ടിട്ടുള്ള അടുത്ത ജന്മത്തിന് കാലമായതു കൊണ്ട് ചിത്രകേതുവിന്റെ പുത്രനായി തുടരാൻ നിർവാഹമില്ലെന്ന് ശിശുവിന്റെ ആത്മാവ് അംഗിരസിനെ അറിയിച്ചു. ചിത്രകേതുവിന് സന്താനയോഗ മില്ലായെന്നും മുജ്ജന്മദോഷമാകാം കാരണമെന്നും ഇക്കാര്യത്തിൽ ആരും തെറ്റുകാരല്ലായെന്നും നാരദമുനി പറഞ്ഞു. കൈവന്നിരിക്കുന്ന സൗഭാഗ്യങ്ങൾ ആസ്വദിക്കുവാനും ഇല്ലായ്മകൾ പറഞ്ഞ് പരിതപിച്ച് ജീവിതം പാഴാക്കാതിരിക്കാനും മുനി രാജാവിനെ ഉപദേശിച്ചു. ചിത്രകേ തുവിനോട് അലിവ് തോന്നിയതു കൊണ്ട് നാരദർക്കൊപ്പം ബ്രഹ്മാവും

ആദ്ധ്യാത്മിക ഉപദേശങ്ങൾ നല്കി അദ്ദേഹത്തെ അനുഗ്രഹിച്ചു. ഇരുവരുടെയും ഉപദേശങ്ങൾ സ്വീകരിച്ച ചിത്രകേതു എട്ടു ദിവസം സർവ്വതും മറന്ന് ധ്യാന നിരതനായിരുന്നു. അതിനു ശേഷം ഒരു ഗന്ധർവനായി രൂപം പ്രാപിച്ച ചിത്രകേതു ദിവ്യമായ ഒരു വിമാനത്തിൽ പത്നിയോടൊപ്പം പ്രവേശിക്കുകയും ആകാശത്തു കൂടി പറന്ന് ഉല്ലസിക്കുകയും ചെയ്തു. അങ്ങനെ പറന്നുല്ലസിക്കുന്നതിനിടയിൽ ഒരു ദിവസം അയാൾ ആകാശത്തിലൂടെ സഞ്ചരിച്ച് കാഴ്ചകൾ കണ്ടുകൊണ്ടിരിക്കെ പാർവതീ പരമേശ്വരന്മാരുടെ പ്രേമസല്ലാപം കാണുവാനിടയായി. പരമേശ്വരൻ പാർവതിയെ മടിയിലിരുത്തിക്കൊണ്ട് ജ്ഞാനികളോടും സിദ്ധന്മാരോടും സംസാരിച്ചുകൊണ്ടിരിക്കുകയായിരുന്നു. ഇതിനിടയിലും ദേവൻ ദേവിയെ ഒരു കൈകൊണ്ട് പുണർന്നുകൊണ്ടിരുന്നു. ഉല്ലാസത്തിമിർപ്പിലായിരുന്ന ഗന്ധർവൻ പൊട്ടിച്ചിരിച്ചു പോയി. ചിത്രകേതുവിന്റെ ചിരി കേട്ടിട്ട് പരമശിവൻ മന്ദസ്മിതം തൂകിയതേയുള്ളു. എന്നാൽ ചിത്രകേതുവിന്റെ അനുചിതമായ പെരുമാറ്റത്തിൽ രോഷം പൂണ്ട പാർവതീ ദേവി അയാളെ അസുരനായി പിറക്കട്ടെയെന്ന് ശപിച്ചു. ശാപവിവരം അറിഞ്ഞ ഗന്ധർവൻ ദേവീസന്നിധിയിലെത്തി മാപ്പിരന്നു. അസുരനായി പിറക്കുമെങ്കിലും തേജസ്വിയും പ്രശസ്തനുമാകുമെന്ന് ദേവി അയാളെ അനുഗ്രഹിച്ചു. അങ്ങനെ ചിത്രകേതു വൃത്രാസുരനായി പുനർജ്ജനിച്ചു. ഇന്ദ്രന് വൃത്രാസുരനെ തനിക്ക് തുല്യനായി അംഗീകരിക്കേണ്ടി വന്നു.

കർമ്മാനുഷ്ഠാനം കൊണ്ട് ഏത് ജന്മത്തിലും ഏത് അവസ്ഥയിലും ധന്യത കൈവരിക്കാനാകുമെന്ന് ചിത്രകേതു തന്റെ ജീവിതം കൊണ്ട് തെളിയിച്ചു.

(അവലംബം-ഭാഗവതം ഷഷ്ഠ സ്കന്ധം, അധ്യായം 14-17)

മനസ്സൊരു മാന്ത്രിക കുതിര

ജയധ്വജൻ എന്ന പ്രസിദ്ധനായ രാജാവിന്റെ വംശത്തിൽ പിറന്ന ശൂരവീരനായ രാജാവായിരുന്നു ദുർജ്ജയൻ. ഇദ്ദേഹം വേദശാസ്ത്രങ്ങളിലെല്ലാം പാരംഗതനായിരുന്നു. ശത്രുക്കളെയൊക്ക തകർത്തെറിഞ്ഞ ദുർജ്ജയൻ തന്റെ പേര് അന്വർഥമാക്കി. പ്രജാക്ഷേമ തല്പരനായ രാജാവിനെ ജനങ്ങൾ ഏറെ സ്നേഹിച്ചിരുന്നു. സുന്ദരിയും സുശീലയും പതിവ്രതയുമായ പത്നിയെ ലഭിച്ചതിൽ അദ്ദേഹം ഏറെ അഭിമാനിച്ചിരുന്നു. യുവാവും സുന്ദരനുമായ രാജാവ് എല്ലാ ഐശ്വര്യങ്ങളും നേടി. സമസ്ത മേഖലയിലും വിജയം വരിക്കുവാൻ ദുർജ്ജയന് കഴിഞ്ഞിരുന്നുവെന്ന് പറയാം. പക്ഷേ, അദ്ദേഹത്തിന് സ്വന്തം മനസ്സിനെ നിയന്ത്രിക്കാൻ കഴിഞ്ഞിരുന്നില്ല.

ഒരിക്കൽ യമുനാ തിരത്തുവച്ച് ദുർജ്ജയൻ അപ്സരസുന്ദരിയായ ഉർവശിയെ കണ്ടുമുട്ടി. ഉർവശി മധുരഗാനാലാപനത്തിൽ മുഴുകിയിരിക്കുകയായിരുന്നു. ഉർവശിയുടെ വശ്യസൗന്ദര്യത്തിലും സ്വരമാധുരിയിലും മയങ്ങിയ രാജാവ് അവളോട് വിവാഹാഭ്യർഥന നടത്തി. യുവസുന്ദരനായ രാജന്റെ പ്രണയനിവേദനം തിരസ്ക്കരിക്കാൻ ഉർവശിക്കും കഴിഞ്ഞില്ല. അങ്ങനെ അവർ ഒരുമിച്ചു. ഇരുവരും ആനന്ദത്താൽ മതിമറന്ന് ദിനരാത്രങ്ങൾ കഴിച്ചു കൂട്ടി. ഏറെ നാളുകൾക്ക് ശേഷം രാജാവിന് തന്റെ റാണിയെപ്പറ്റിയും കൊട്ടാരത്തെപ്പറ്റിയുമുള്ള ചിന്തകളുണ്ടായി. ഉർവശിയെ പിരിയാൻ അദ്ദേഹത്തിന് മനസ്സില്ലായിരുന്നു. ചിന്തിതനായിരുന്ന ദുർജ്ജയനോട് ഉർവശി കാര്യം തിരക്കി. രാജ്യകാര്യങ്ങൾ നോക്കിയിട്ട് ഏറെക്കാലമായി. ഭവതി നമുക്കായി അല്പദിനങ്ങൾ കാത്തിരിക്കാൻ തയ്യാറാകുമെങ്കിൽ രാജ്യകാര്യങ്ങൾ അന്വേഷിച്ചിട്ട് നാം ഉടൻ മടങ്ങിയെത്താം. ഉർവശി സമ്മതിച്ചു. രാജാവ് കൊട്ടാരത്തിൽ മടങ്ങിയെത്തി.

രാജ്ഞി ഭർത്താവിന്റെ ശ്രേയസിനു വേണ്ടി പൂജയും പ്രാർഥനയുമൊക്കെയായി കഴിയുകയായിരുന്നു. പതിവ്രതയായ ഭാര്യയെ വഞ്ചിച്ചതിൽ രാജാവിന് കുറ്റബോധം തോന്നി. ഒരു അപരാധിയെപ്പോലെ തന്റെ മുമ്പിൽ തലകുനിച്ച നില്ക്കുന്ന രാജാവിനെ കണ്ടപ്പോൾ റാണിക്ക് സങ്കടം അടക്കാനായില്ല. അവിടുന്ന് ആരുടെ മുമ്പിലും തല കുനിക്കാൻ പാടില്ല. സംഭവിച്ച കാര്യങ്ങളൊക്കെ എനിക്കറിയാം. ഭർത്താവിന്റെ സുഖത്തിൽ നിന്നും വേറിട്ടൊരു സുഖവും എനിക്കാവശ്യമില്ല. അതുകൊണ്ടുതന്നെ ഇക്കാര്യങ്ങൾ അറിഞ്ഞപ്പോൾ എനിക്ക് സങ്കടം തോന്നിയില്ല. പക്ഷേ, അങ്ങേക്ക് കുറ്റബോധം തോന്നുന്നുണ്ടെങ്കിൽ അതിന് വിധിപ്രകാരമുള്ള പ്രായശ്ചിത്തം ചെയ്യേണ്ടതായിട്ടുണ്ട്. അല്ലെങ്കിൽ കുറ്റബോധം താങ്കളുടെ മനസ്സിനെ എന്നും അലട്ടിക്കൊണ്ടിരിക്കും. ഉദാരമനസ്കയായ റാണിയുടെ നിലപാട് കാരണം ദുർജ്ജയന് ആശ്വാസം തോന്നി. പാപ പരിഹാരം തേടി രാജാവ് കണ്വമുനിയെ സമീപിച്ചു. മുനിയുടെ ഉപദേശമനുസരിച്ച് രാജാവ് ധ്യാനത്തിനായി ഹിമാലയത്തിലെത്തി. അവിടെവച്ച് പ്രായശ്ചിത്തകർമ്മങ്ങൾ അനുഷ്ഠിക്കുവാനൊരുങ്ങി. അപ്പോൾ അവിടെ ഒരു ഗന്ധർവൻ പ്രത്യക്ഷപ്പെട്ടു. ഗന്ധർവൻ ദിവ്യസുഗന്ധമുള്ള ഒരു മാലയണിഞ്ഞിരുന്നു. മാല കണ്ടപ്പോൾ രാജാവിന് ഉർവശിയെ ഓർമ്മ വന്നു. മറ്റെല്ലാം മറന്ന രാജാവ് ആ മാല കൈവശപ്പെടുത്താൻ ശ്രമിച്ചു. ഗന്ധർവൻ മാല രാജാവിന് കൊടുക്കാൻ വിസമ്മതിച്ചപ്പോൾ രാജാവ് അയാളെ ഉപദ്രവിച്ച് കീഴ്പ്പെടുത്തി മാല കവർന്നെടുത്തു. വിശിഷ്ട മാല ഉർവശിക്ക് സമ്മാനിക്കാനായി രാജാവ് യമുനാതീരത്തെത്തി. പക്ഷേ, ഉർവശി അവിടെ ഉണ്ടായിരുന്നില്ല. ദുർജ്ജയൻ ഉർവശിയെ തേടിയലഞ്ഞു. ഹേമകൂടത്തിലും സ്വർഗ്ഗത്തിലും അയാൾ ഉർവശിയെ തിരഞ്ഞു. അവിടെയൊന്നും രാജാവിന് ഉർവശിയെ കണ്ടെത്താനായില്ല. ഇതിനിടെ പാപമോചനം നേടാനാണ് താൻ ഇറങ്ങിപുറപ്പെട്ടതെന്ന കാര്യം അദ്ദേഹം മറന്നിരുന്നു. പതിവ്രതയായ രാജ്ഞിയുടെ കാര്യം ഒട്ടും ഓർത്തതേയില്ല. അവസാനം മാനസസരോവരത്തിലെത്തിയ ദുർജ്ജയൻ ഉർവശിയെ അവിടെവച്ച് കണ്ടുമുട്ടുകയും ദിവ്യമാല അവൾക്ക് സമ്മാനിക്കുകയും ചെയ്തു. എന്നാൽ ചാഞ്ചാട്ടക്കാരനായ ദുർജ്ജയനെ ഒഴിവാക്കുന്നതാണ് ബുദ്ധിയെന്ന് ഉർവശിക്ക് തോന്നി. പതിവ്രതയായ രാജ്ഞിയുടെ ശാപത്തിന് ഇരയാകാതിരിക്കണമെന്നും ഉർവശി തീരുമാനിച്ചു. ഒരിക്കലും ഒന്നിലും ഉറച്ചുനില്ക്കാത്ത നിങ്ങളെ ഞാൻ എങ്ങനെ വിശ്വസിക്കുമെന്നവൾ ദുർജ്ജയനോട് ചോദിച്ചു. ലക്ഷ്യബോധമില്ലാത്ത പുരുഷനെ താൻ ഒരിക്കലും ഇഷ്ടപ്പെടുകയില്ലായെന്ന് ഉർവശി പറഞ്ഞു. ഉർവശിയുടെ പരുഷമുഖവും സ്വരവും പരിചയപ്പെട്ടപ്പോൾ

ദുർജ്ജയന്റെ മനസ്സുമാറി. ആത്മപരിശോധനക്ക് അദ്ദേഹം തയ്യാറായി. കണ്വമഹർഷി മുൻപു പറഞ്ഞ പരിഹാരക്രിയകളൊക്കെ ചെയ്തിട്ട് അദ്ദേഹത്തെ നേരിട്ടു കണ്ട് തന്റെ വീഴ്ചകളെല്ലാം ഏറ്റുപറഞ്ഞു. കുറ്റബോധത്തിൽ നിന്നും ദുർജ്ജയൻ മുക്തനായിട്ടില്ലായെന്നറിഞ്ഞ മഹർഷി രാജാവിനോട് കാശിയിൽ പോയി ഗംഗാസ്നാനം ചെയ്ത് പാപമുക്തി നേടുവാൻ ഉപദേശിച്ചു. ദുർജ്ജയൻ അപ്രകാരം ചെയ്തു.

താനല്ല, തന്റെ മനസ്സാണ് വാസ്തവത്തിൽ ദുർജ്ജയനായിട്ടുള്ളതെന്ന് രാജാവ് മനസ്സിലാക്കി. ശത്രുക്കളെ കീഴ്പ്പെടുത്തുവാൻ എളുപ്പമാണ്. എന്നാൽ വിഷയവാസനകൾക്ക് പിന്നാലെ പായുന്ന സ്വന്തം മനസ്സിനെ കീഴ്പ്പെടുത്തുകയെന്നത് അത്ര എളുപ്പമല്ലായെന്ന് ദുർജ്ജയന് ബോധ്യപ്പെട്ടു.

അവലംബം- കൂർമ്മപുരാണം.

ഭർത്ത്യസേവയും ജാരനിഷ്ഠയും

പ്രതിഷ്ഠാനഗര നിവാസിയായിരുന്ന ബാലവർമ്മാവെന്ന ധനികനായ വ്യാപാരിയുടെ ഭാര്യയായിരുന്നു ചന്ദ്രശ്രീ. തന്റെ ജീവിതത്തിന് എല്ലാ അർഥത്തിലും ശ്രീ പകരുന്നവളാണ് തന്റെ ഭാര്യയെന്ന് ബാലവർമ്മാവ് ഉറച്ച് വിശ്വസിച്ചിരുന്നു. ചന്ദ്രശ്രീയും ഭർത്താവിനെ ഏറെ ഇഷ്ടപ്പെട്ടിരുന്നു. എന്നാൽ ധനിക കുടുംബത്തിൽ ലഭ്യമായ എല്ലാ സുഖസൗകര്യങ്ങളും ആസ്വദിച്ച് ജീവിതത്തെ സമൃദ്ധമാക്കണമെന്ന് അവൾ ആഗ്രഹിച്ചിരുന്നു. തന്റെ ആശയവുമായി യോജിക്കുന്ന സഖിമാരെ കണ്ടെത്തുവാൻ അവൾക്ക് പ്രയാസം ഉണ്ടായില്ല. പണത്തിന്റെ പിന്തുണയുണ്ടായിരുന്നതുകൊണ്ട് സഖിമാരുടെ സേവനം അവൾക്ക് യഥേഷ്ടം ലഭ്യമായിക്കൊണ്ടിരുന്നു. ഭർത്താവിന്റെ സ്നേഹം ആവോളം ആസ്വദിച്ചിരുന്നിട്ടും ഭർത്താവറിയാതെ അവൾ പരപുരുഷന്മാരെ പ്രാപിച്ചിരുന്നു. ചന്ദ്രശ്രീയുടെ സഖിമാർ ഇത്തരം ബന്ധങ്ങൾ രഹസ്യമായി നിലനിർത്തിക്കൊണ്ട് പോകാൻ വേണ്ട ഒത്താശകൾ സമർഥമായി ചെയ്തു വന്നു. അതുകൊണ്ട് ബാലവർമ്മാവിന് ഭാര്യയുടെ സ്വഭാവശുദ്ധിയിൽ സംശയം ഒന്നും ഉണ്ടായതുമില്ല.

ഒരുദിവസം തന്റെ മണിമാളികയിൽ അലസയായി വിശ്രമിക്കുകയായിരുന്ന ചന്ദ്രശ്രീ കിളിവാതിലിലൂടെ പുറത്തേക്ക് നോക്കിയപ്പോൾ ഒരു യുവസുന്ദരനായ വഴിയാത്രക്കാരനെ കണ്ടു. അവളുടെ കണ്ണുകൾ അയാളിൽ ഉടക്കി. ഉടൻ തന്നെ അയാളെപ്പറ്റി അന്വേഷിക്കുവാൻ ഒരു സഖിയെ നിയോഗിച്ചു. ആ വൈശ്യകുമാരന്റെ പേര് ശീലഹരൻ എന്നായിരുന്നു. സുന്ദരനായ ശീലഹരനെപ്പറ്റി വിശദമായി മനസ്സിലാക്കിയ ചന്ദ്രശ്രീക്ക് അയാളോടുണ്ടായ ആസക്തി ഏറി. ചന്ദ്രശ്രീയുടെ സഖി അയാളെ തന്റെ ഗൃഹത്തിലെത്തിക്കുകയും ചന്ദ്രശ്രീയുടെ ആഗ്രഹങ്ങൾ

നിറവേറ്റുവാൻ വേണ്ട അവസരങ്ങൾ ഒരുക്കുകയും ചെയ്തു. ഇക്കാര്യം പലതവണ ആവർത്തിക്കപ്പെടുകയും അതിന്റെ രഹസ്യസ്വഭാവം ക്രമേണ നഷ്ടപ്പെടുകയും ചെയ്തു. പക്ഷേ, ഇക്കാര്യമൊന്നും ബാലവർമ്മാവ് അറിഞ്ഞിരുന്നില്ല. ഇങ്ങനെ കുറെക്കാലം കഴിഞ്ഞു. ബാലവർമ്മാവിന് ദാഹജ്വരം എന്ന അസുഖം പിടിപെട്ടു. അദ്ദേഹത്തിന്റെ അവസ്ഥ ഗുരുതരമായിരുന്നു. ചന്ദ്രശ്രീ ഭർത്താവിനെ ശുശ്രൂഷിക്കുകയും അദ്ദേഹത്തിന് വേണ്ടതൊക്കെ ചെയ്തുകൊടുക്കുകയും ചെയ്തു. പക്ഷേ, അവൾ ശീലഹരനെ മറക്കാൻ തയ്യാറായില്ല. അയാളുമായുള്ള ബന്ധം അഭംഗുരം തുടർന്നു. ബാലവർമ്മാവിന്റെ അസുഖം മൂർച്ഛിച്ചു. അദ്ദേഹം മരണശയ്യയിലാണെന്ന് എല്ലാവർക്കും ബോധ്യപ്പെട്ടു. എന്നിട്ടും ചന്ദ്രശ്രീയുടെ ജാരസംഗമം നിലച്ചില്ലായെന്നത് അവളുടെ ബന്ധുക്കളേയും ഭൃത്യന്മാരെയും സഖികളെത്തന്നെയും അത്ഭുതപ്പെടുത്തി. ചന്ദ്രശ്രീയെ ആർക്കും നിയന്ത്രിക്കുവാനാകുമായിരുന്നില്ല. ഒരു ദിവസം ജാരസംഗമത്തിലേർപ്പെട്ടുകൊണ്ടിരിക്കുമ്പോളാണ് ചന്ദ്രശ്രീ ഭർത്താവിന്റെ മരണവാർത്ത അറിയുന്നത്. അവൾ ഭർത്താവിന്റെ ജഡത്തിനരികിൽ ഓടിയെത്തി. ഭർത്തൃശോകം കൊണ്ട് വിവശയായിരുന്നെങ്കിലും മരണാനന്തര കർമ്മങ്ങളൊരുക്കുന്നതിന് ചന്ദ്രശ്രീ ഉത്സാഹം കാട്ടി. ബന്ധുക്കളും ഭൃത്യരും സഖിമാരും അതിശയത്തോടെ അവളുടെ പ്രവൃത്തികളെ വീക്ഷിച്ചു. അവസാനം എല്ലാവരെയും ഞെട്ടിച്ചു കൊണ്ട് ചന്ദ്രശ്രീ ഭർത്താവിന്റെ ചിതയിൽച്ചാടി വെന്തുമരിച്ചു. ഭർത്തൃസേവയും ജാരനിഷ്ഠയും ഒരുപോലെ വച്ചുപുലർത്തിയ ചന്ദ്രശ്രീയുടെ മനസ്സ് ഒരു ചോദ്യചിഹ്നമുയർത്തുന്നു. അവൾ സ്വമേധയാ സതി അനുഷ്ഠിച്ചതുകൊണ്ട് പതിവ്രതയായി കണക്കാക്കപ്പെടുമോ?

അവലംബം- കൂർമ്മപുരാണം

ആത്രേയപുരി

മനുഷ്യന് പാരമ്പര്യാനുഷ്ഠാനത്തിലും കുടുംബ പാരമ്പര്യങ്ങൾ മുറുകെ പിടിക്കുന്നതിലുമൊക്കെ ഒരു പ്രത്യേക പ്രതിപത്തി തോന്നാറുണ്ട്. ഈ പാരമ്പര്യവുമായി ബന്ധപ്പെട്ടാണ് മനുഷ്യനിൽ ജീവിതത്തെപ്പറ്റിയുള്ള കാഴ്ചപ്പാടുകൾ രൂപപ്പെടുന്നത്. താപസാശ്രമത്തിൽ പിറവിയെടുക്കുന്ന ഒരാൾ സാധാരണയായി തപസ്വിയുടെ ജീവിതത്തെ ഏറ്റവും വിശുദ്ധവും ശ്രേഷ്ഠവുമായി കണക്കാക്കും. എന്നാൽ ലോകത്ത് മനുഷ്യന് അഭിരമിക്കാനായി നിരവധി മേഖലകൾ ഉണ്ടെന്ന് ബോധ്യപ്പെടുമ്പോൾ അവൻ വ്യത്യസ്ത മേഖലകളെ തുലനം ചെയ്യുവാനും തനിക്ക് പറ്റിയ മേഖല തെരഞ്ഞെടുക്കാൻ ശ്രമിക്കുകയും ചെയ്യും. ഒരു പ്രത്യേക മേഖല തെരഞ്ഞെടുത്തു കഴിയുമ്പോൾ മറ്റു ചില മേഖലകൾ ഇതിനെക്കാൾ ശ്രേഷ്ഠമാണെന്ന് തോന്നുകയും മനസ് ചഞ്ചലമാകുകയും ചെയ്യാറുണ്ട്. പെട്ടെന്നുണ്ടാകുന്ന ചില അനുഭവങ്ങളാണ് മനഷ്യ മനസിന്റെ ഗതിമാറ്റത്തിന് വഴിവയ്ക്കുന്നത്. ക്ഷത്രിയ രാജാവായിരുന്നിട്ടും ബ്രാഹ്മണനായ വസിഷ്ഠന്റെ മുൻപാകെ പരാജയം നേരിട്ടപ്പോൾ വിശ്വാമിത്രൻ ക്ഷത്രിയന്റെ വഴിവട്ട് തപസ്സിന്റെ വഴി സ്വീകരിച്ചു. അല്പം പാല് കുടിക്കണമെന്ന തന്റെ പുത്രന്റെ നിസ്സാരമായ ആഗ്രഹം പോലും നിറവേറ്റി കൊടുക്കുവാൻ മഹാജ്ഞാനിയായ തനിക്ക് കഴിയുന്നില്ലായെന്ന് ബോധ്യപ്പെട്ട ദ്രോണാചാര്യർ ബ്രാഹ്മണ കർമ്മം വെടിഞ്ഞ് ആയോധനകലയുടെ ആചാര്യനായി മാറി. വേറിട്ട അനുഭവങ്ങളിലൂടെ കടന്ന് പോകുമ്പോൾ മനുഷ്യന്റെ നിലപാടുകളിൽ മാറ്റം വരുന്നത് സ്വാഭാവികമാണ്.

അത്രി മഹർഷിയുടെ പുത്രനായിരുന്നു ആത്രേയൻ. ഗൗതമീ നദിയുടെ തീരത്തുള്ള ആശ്രമത്തിൽ കഴിഞ്ഞു കൊണ്ട് മുനി തപസിൽ മുഴുകി. ഇദ്ദേഹത്തിന് നിരവധി ശിഷ്യന്മാരും ഉണ്ടായി. മനുഷ്യന്റെ രൂപ-ഗുണ സങ്കല്പങ്ങൾക്ക് അതീതനായ നിരാകാര നിർഗുണ

ബ്രഹ്മത്തെപ്പറ്റിയാണ് ഇദ്ദേഹം ശിഷ്യന്മാരെ ഉപദേശിച്ചിരുന്നത്. അങ്ങനെ ആത്രേയ മുനി നിർഗുണ ഭക്തനായി അറിയപ്പെട്ടു. അദ്ദേഹം അനായാസേന ബഹുദൂരം സഞ്ചരിക്കുവാനുള്ള കഴിവ് നേടിയെടുത്തിരുന്നു. ദേവേന്ദ്രന്റെ ആദരവിന് പാത്രമായ ആത്രേയൻ ഒരിക്കൽ സ്വർഗ്ഗം സന്ദർശിച്ചു. ഇന്ദ്രൻ അദ്ദേഹത്തെ സ്വീകരിച്ച് സല്ക്കരിച്ചു. സ്വർഗ്ഗത്തിലെ വിശിഷ്ടഭോജ്യങ്ങളൊക്കെ ആസ്വദിച്ച ആത്രേയന് അപ്സരസുന്ദരികളുടെ നൃത്തം കാണാനും അവസരമുണ്ടായി.

ഇന്ദ്രസഭയുടെ പ്രതാപൈശ്വര്യങ്ങൾ കണ്ടറിഞ്ഞ ആത്രേയന് അതിലേറെ കൊതി തോന്നി. തനിക്കും ഇതുപോലുള്ള സൗഭാഗ്യങ്ങൾ വേണമെന്നുള്ള മോഹം അയാളുടെ മനസ്സിൽ വേരൂന്നി. മോഹം അടക്കാൻ പറ്റാതായപ്പോൾ ആത്രേയൻ വിശ്വകർമ്മാവിനെ ചെന്ന് കണ്ടു. തനിക്കായി ഒരു ഇന്ദ്രപുരി സൃഷ്ടിച്ചു നല്കുവാൻ അദ്ദേഹം വിശ്വകർമ്മാവിനോടാവശ്യപ്പെട്ടു. അത്രിയുടെ പുത്രന്റെ ആവശ്യം നിരസിക്കുവാൻ വിശ്വകർമ്മാവിന് കഴിയുമായിരുന്നില്ല. അദ്ദേഹം ആത്രേയനുവേണ്ടി ഇന്ദ്രപുരിക്ക് സമാനമായി ഒരു മായാപുരി നിർമ്മിച്ചു നല്കി. അവിടെ ഇന്ദ്രസഭയുടെ പ്രതാപൈശ്വര്യങ്ങൾ അനുഭവിച്ചുകൊണ്ട് ആത്രേയൻ വിരാജിച്ചു. എന്നാൽ അധികം നാൾ അദ്ദേഹത്തിന് അങ്ങനെ കഴിയാൻ സാധിച്ചില്ല. ഇന്ദ്രവിരോധികളായ രാക്ഷസന്മാർക്ക് ഭൂമിയിൽ ഇന്ദ്രപുരിയുണ്ടാകുന്നത് അംഗീകരിക്കാൻ കഴിയില്ലായിരുന്നു. അവർ ആത്രേയപുരിയെന്ന മായാപുരിയെ ആക്രമിച്ചു. സമാധാനപ്രിയനായിരുന്ന ആത്രേയന് ജീവിതം ദുഃസഹമായിത്തോന്നി. സ്വൈര്യവും സമാധാനവുമാണ് ജീവിതത്തിന് ആവശ്യമെന്നുകണ്ട ആത്രേയൻ മായാപുരി ഉപേക്ഷിക്കുവാൻ തീരുമാനിച്ചു. അനർഹമായ സൗഭാഗ്യങ്ങൾ മോഹിച്ച് ആപത്ത് ക്ഷണിച്ചുവരുത്തിയതിന് അദ്ദേഹം ദേവന്മാരോട് ക്ഷമ ചോദിച്ചു. സ്വച്ഛസുന്ദരമായ ഗോദാവരി തീരവും അവിടുത്തെ ആശ്രമ ജീവിതവും സ്വർഗ്ഗത്തെക്കാൾ സുന്ദരമാണെന്നു കണ്ട ആത്രേയൻ പഴയതു പോലെ അവിടെ ജീവിക്കുവാൻ തീരുമാനിച്ചു.

സ്വർണ്ണപുഷ്പാഞ്ജലി

ഭക്തിപാരവശ്യം നിമിത്തം തനിക്കുള്ളതെല്ലാം ഭഗവാന് സമർപ്പിക്കാൻ വെമ്പുന്ന നിരവധി ഭക്തന്മാരുണ്ട്. സമർപ്പണത്തിന്റെ കാര്യത്തിൽ അവർ തമ്മിൽ പലപ്പോഴും മത്സരവും നടക്കാറുണ്ട്. സമർപ്പിത വസ്തുക്കൾക്ക് മനുഷ്യൻ നിശ്ചയിച്ചിരിക്കുന്ന വില തന്നെ ഭഗവാൻ സ്വീകരിക്കുമെന്ന് വിശ്വസിക്കുന്നവരും ഉണ്ട്. തന്റെ സമർപ്പണം ബഹുമൂല്യവും ശ്രേഷ്ഠവുമാണെന്ന് വിശ്വസിക്കാനുള്ള അവകാശം എല്ലാ ഭക്തർക്കുമുണ്ട്. എന്നാൽ പണത്തോതനുസരിച്ച് ഭക്തിക്ക് വില കല്പിക്കാൻ ഭഗവാനാവില്ലല്ലോ? ഭക്തി ഭാവപ്രധാനമാണ്. ഭഗവാനിൽ നിഷ്ഠയോടെ അർപ്പിക്കുന്നതെന്തും അദ്ദേഹത്തിന് സ്വീകാര്യമാണ്. പരമദരിദ്രനായ സുദാമാവ് അഥവാ കുചേലൻ പഴന്തുണിയിൽ പൊതിഞ്ഞുകൊണ്ടു വന്ന അവൽ ശ്രീകൃഷ്ണൻ ആർത്തിയോടെ ഭക്ഷിച്ച കഥ നമുക്കറിയാമല്ലോ? കാട്ടാളസ്ത്രീയായ ശബരി കടിച്ച് രുചിച്ചതിന് ശേഷം കൊടുത്ത ഫലത്തെ ഭഗവാൻശ്രീരാമചന്ദ്രൻ ഇരുകൈയ്യും നീട്ടി സ്വീകരിച്ച കാര്യവും നമുക്കറിയാം. സമർപ്പിതമായ മനസ്സോടെ എന്തു നല്കിയാലും ഭഗവാൻ സ്വീകരിക്കുമെന്ന കാര്യം ഉറപ്പാണ്. ധനികൻ ഭക്തിയുടെ പേരിൽ സ്വർണ്ണപൂക്കൾ അർപ്പിച്ചുവെന്നു വരാം. അതുകണ്ട് പാവപ്പെട്ടവൻ ഭഗവാനുവേണ്ടി സ്വർണ്ണപൂക്കൾ തേടേണ്ട കാര്യമില്ല. സത്യത്തിൽ ഭഗവാന് ഇതിന്റെയൊന്നും ഒരാവശ്യവുമില്ല. സമർപ്പണം കൊണ്ട് സായൂജ്യമടയുന്നത് ഭക്തനാണ്. മന:ശുദ്ധിയുടെ സമൃദ്ധിയിലാണ് ഭഗവാൻ പ്രസാദിക്കുന്നതെന്ന് വ്യക്തമാക്കുന്ന ഒരു കഥ പത്മപുരാണത്തിലുണ്ട്.

ചോളൻ കാഞ്ചീപുരത്തെ പ്രജാക്ഷേമ തല്പരനായ രാജാവായിരുന്നു. ഭരണനിപുണനായ ഇദ്ദേഹത്തിന്റെ രാജ്യം പിന്നീട് ചോളരാജ്യം എന്നറിയപ്പെട്ടു. പരമ ഭക്തനായിരുന്ന ചോളൻ വൈകുണ്ഠ പ്രാപ്തിക്കായി ഒരു വലിയ യജ്ഞം നടത്തി. രാജകീയ പ്രൗഢി വിളിച്ചോതുന്ന

തരത്തിലുള്ള യജ്ഞമാണ് ചോളൻ നടത്തിയത്. വിഷ്ണുക്ഷേത്രത്തിലെത്തിയ ഇദ്ദേഹം വിഷ്ണുപൂജക്കായി പൂക്കൾക്ക് പകരം പൊന്നിൻപൂക്കൾ ധാരാളമായി കരുതിയിരുന്നു. ഒപ്പം വലിയ അളവിൽ മാണിക്യം, മുത്ത്, വൈരക്കല്ലുകൾ എന്നിവ ഭഗവാന് സമർപ്പിച്ചു. രാജാവിന്റെ ഈ രത്നപൂജ കാണുവാനായി നിരവധി ഭക്തർ എത്തിയിരുന്നു. എന്നാൽ വിഷ്ണുദാസൻ എന്നൊരു ബ്രാഹ്മണൻ പതിവുപോലെ ക്ഷേത്രത്തിൽ വിഷ്ണുപൂജക്കെത്തിയിരുന്നു. കാഞ്ചീപുരംകാരനായ വിഷ്ണുദാസൻ തുളസിക്കതിരും തുളസി ഇലയും ജലവും ഉപയോഗിച്ചാണ് ഇഷ്ടദേവന് പൂജ നടത്തിയത്. ഈ പൂജ കാരണം രാജാവിന്റെ രത്നപൂജ വേണ്ടരീതിയിൽ കാണുവാൻ ഭക്തർക്ക് സാധിക്കാത്ത അവസ്ഥയുണ്ടായി. ഇത് മനസ്സിലായപ്പോൾ രാജാവ് ബ്രാഹ്മണനോട് കോപിച്ചു. ഭക്തനെന്ന നിലക്ക് താനാണ് ശ്രേഷ്ഠൻ എന്ന് രാജാവ് വാദിച്ചു. ധനവും ആർഭാടവും ഭക്തിക്ക് വിശിഷ്ടത പകരില്ലായെന്ന് വിഷ്ണുദാസൻ പറഞ്ഞു. ഭക്തിയുടെ പൊരുളുമായി ബന്ധപ്പെട്ട് ഇരുവരും ഏറെനേരം തർക്കിച്ചു. ആദ്യം ഭഗവാനെ പ്രാപിക്കുന്നത് ആരാണെന്ന് കാണാം എന്ന് പറഞ്ഞ് അവർ ഒരുവിധത്തിൽ തർക്കം അവസാനിപ്പിച്ചു.

കൊട്ടാരത്തിൽ തിരിച്ചെത്തിയ ചോളരാജൻ ഒരു വൈഷ്ണവ സത്രം നടത്തി. മുൽഗലൻ എന്ന പുരോഹിതന്റെ നേതൃത്വത്തിലാണ് സത്രം ആരംഭിച്ചത്. വൻ ആർഭാടത്തോടു കൂടിയാണ് ഈ സത്രം നടന്നത്. പഴയതുപോലെ മുത്തുകളും രത്നങ്ങളും സ്വർണ്ണവും ധാരാളമായി വിഷ്ണുപൂജക്ക് ഉപയോഗിച്ചു. വിഷ്ണു സത്രത്തിൽ നിരവധി ആളുകൾ പങ്കെടുത്തു. രാജകീയ പ്രൗഢിയോടെ നടത്തപ്പെട്ട വിഷ്ണുസത്രത്തെ എല്ലാവരും വാഴ്ത്തി. രാജാവിനെ ആളുകൾ രാജർഷി എന്ന് വിശേഷിപ്പിച്ചു. ഇതേ സമയം വിഷ്ണുദാസൻ വിഷ്ണുക്ഷേത്രത്തിൽ ഏകാഗ്രതയോടെ പൂജ നടത്തുകയായിരുന്നു. പൂജയുടെ അവസാനം ക്ഷേത്രത്തിൽ തന്നെ അരിയിട്ട് വേവിക്കുന്ന ചോറ് ദേവന് നിവേദിക്കുന്ന പതിവുണ്ടായിരുന്നു. ഒരു ദിവസം അദ്ദേഹം തയ്യാറാക്കിയ നിവേദ്യം ആരോ മോഷ്ടിച്ചു. ചോറ് കളവ്പോയതുകാരണം വിഷ്ണുദാസൻ പട്ടിണി ആയി. ചോറ് മോഷണം ഒരു പതിവായി. ഏഴു ദിവസം ഇങ്ങനെ കടന്നുപോയി. നീണ്ട പട്ടിണിയിലായിട്ടും വിഷ്ണുദാസൻ ആരോടും പരാതി പറഞ്ഞില്ല. ഭഗവാനുള്ള നിവേദ്യം മുടങ്ങുന്നതിൽ അദ്ദേഹത്തിന് സങ്കടമുണ്ടായിരുന്നു. അതുകൊണ്ട് അദ്ദേഹം ഒളിഞ്ഞിരുന്ന് മോഷ്ടാവിനെ കണ്ടുപിടിക്കാൻ തീരുമാനിച്ചു. അങ്ങനെ ഒളിച്ചിരുന്ന അദ്ദേഹം മോഷ്ടാവിനെ കണ്ടുപിടിച്ചു. മെലിഞ്ഞുണങ്ങിയ ഒരു ചണ്ഡാലനായിരുന്നു ചോറ് മോഷ്ടിച്ചത്. വിഷ്ണുദാസന് അയാളുടെ അവസ്ഥയിൽ ദയ തോന്നി.

ഉണക്കച്ചോറ് മാത്രമായി കഴിക്കേണ്ട എന്ന് പറഞ്ഞ് അദ്ദേഹം അല്പം വെണ്ണ എടുത്ത് അയാൾക്ക് നേരെ നീട്ടി. പക്ഷേ, അയാൾ ഭയന്നോടി. ഓട്ടത്തിനിടയിൽ അയാൾ ബോധശൂന്യനായി വഴിയിൽ വീണു. വിഷ്ണു ദാസൻ വേഗം അയാളുടെ അടുത്തെത്തി വേണ്ട ശുശ്രൂഷകൾ നല്കി. അയാൾക്ക് ബോധം വീണു. വിഷ്ണുദാസൻ തന്റെ വസ്ത്രാഞ്ചലം കൊണ്ട് വീശി അയാളുടെ ക്ഷീണമകറ്റാൻ ശ്രമിച്ചു. കുറച്ചുനേരം കഴിഞ്ഞപ്പോൾ ചണ്ഡാലൻ ശംഖുചക്രഗദാപത്മധാരിയായ വിഷ്ണുവായി പരിണമിച്ചു. തന്റെ ഉത്തമഭക്തനെ ഭഗവാൻ മാറോടുചേർത്ത് പുണർന്നു. വിഷ്ണുദാസന്റെ അഭീഷ്ടം അറിഞ്ഞ ഭഗവാൻ അദ്ദേഹത്തെ വൈകുണ്ഠത്തിലേക്ക് കൂട്ടികൊണ്ടുപോയി.

വിഷ്ണുദാസന്റെ മോക്ഷപ്രാപ്തിയെപ്പറ്റി അറിഞ്ഞ ചോളരാജാവ് സമർപ്പിത ഭക്തിയുടെ മാഹാത്മ്യം തിരിച്ചറിഞ്ഞു. നാം നടത്തുന്ന വിഷ്ണു സത്രമൊക്കെ വ്യർഥമാണെന്ന് അദ്ദേഹം മുൽഗലനോട് പറഞ്ഞു. ഭൗതികതയുടെ അതിപ്രസരം ഭക്തന് യോജിച്ചതല്ലായെന്ന് മനസ്സിലാക്കിയ ചോളൻ തന്റെ മരുമകനെ രാജ്യഭാരമേല്പിച്ചിട്ട് ഭൗതികസുഖങ്ങളെല്ലാം വെടിഞ്ഞു. മനസാ വാചാ കർമ്മണാ സമർപ്പിതമായ ഭക്തിക്കുവേണ്ടി വിഷ്ണുഭഗവാനോട് പ്രാർഥിച്ചു കൊണ്ട് ചോളൻ യാഗാഗ്നിയിൽ സ്വയം സമർപ്പിച്ചു. ഭഗവാൻ യാഗാഗ്നിയിൽ പ്രത്യക്ഷനായി തന്റെ ഭക്തനെ ആലിംഗനം ചെയ്ത് സ്വീകരിക്കുകയും ദിവ്യവിമാനത്തിലേറ്റി വൈകുണ്ഠത്തിലേക്ക് കൂട്ടിക്കൊണ്ട് പോവുകയും ചെയ്തു.

നിറഞ്ഞ ഭക്തികൊണ്ട് സമ്പന്നനായ വിഷ്ണുദാസന് മുമ്പിൽ ഭക്തിയേക്കാളധികം ധനാഢ്യനാണ് താനെന്ന ഭാവം ചുമന്നു നടന്ന ചോളരാജാവ് കോപിഷ്ഠനായി. പക്ഷേ, രാജാവിനെ വിഷ്ണുഭഗവാൻ ഗൗനിച്ചില്ല. ധനം കോരിച്ചൊരിഞ്ഞുകൊണ്ട് രാജാവ് നടത്തിയ ഭക്തി പ്രകടനത്തിനുമുമ്പിൽ പതറാതെ, അപകർഷതാബോധം തീണ്ടാതെ തന്റെ മനസ്സുകൊണ്ട് ഭഗവദ്അർച്ചന നടത്തിയ വിഷ്ണുദാസനെ തന്റെ മാറോടു ചേർത്ത് നിർത്തുവാൻ ഭഗവാൻ അമാന്തിച്ചില്ല. വിഷ്ണുദാസന്റെ നിരാർഭാടമായ സഹജമായ ഭക്തിയുടെ ശക്തിയും ചൈതന്യവും തിരിച്ചറിഞ്ഞ ചോളരാജൻ അവസാനം അദ്ദേഹത്തെ ഉദാത്ത ഭക്തനായിക്കണ്ടു. അദ്ദേഹത്തിന്റെ മാർഗ്ഗം പിന്തുടർന്നപ്പോൾ രാജാവ് വിഷ്ണു സവിധത്തിലെത്തിച്ചേർന്നു. സ്വർണ്ണം ബഹുമൂല്യമാണെങ്കിൽ കൂടി അതിന് പുഷ്പത്തിനുള്ളതുപോലെ സുഗന്ധമില്ലായെന്ന കാര്യം സ്വർണ്ണപുഷ്പാഞ്ജലി നടത്തുന്നവർ ഓർമ്മിക്കണമെന്ന് ചോളരാജന്റെ ഈ കഥ നമ്മെ അനുസ്മരിപ്പിക്കുന്നു.

അവലംബം- പത്മപുരാണം- 110, 111 എന്നീ അധ്യായങ്ങൾ.

ആത്രേയി

അത്രിമഹർഷിയുടെ ഭാര്യയും പതിവ്രതയുമായിരുന്ന അനസൂയ ആത്രേയി എന്നും അറിയപ്പെട്ടിരുന്നു. എന്നാൽ സപ്തർഷികളിൽ ഒരാളായ അത്രി മഹർഷിക്ക് ആത്രേയി എന്ന് പേരുള്ള ഒരു മകളുണ്ടായിരുന്നു. ആത്രേയിയെ വിവാഹം കഴിച്ചത് മഹർഷി അംഗിരസായിരുന്നു. അംഗാരം അഥവാ തീക്കനലിൽ നിന്ന് ജനിച്ചതു കൊണ്ടാണ് അദ്ദേഹത്തിന് ഈ പേര് ലഭിച്ചത്. അഗ്നിപുത്രനായ അംഗിരസും സപ്തർഷികളിൽ ഒരാളായിരുന്നു. ജ്ഞാനിയും നീതിമാനുമൊക്കെ ആയിരുന്നെങ്കിലും അംഗിരസ് ക്ഷിപ്രകോപിയായിരുന്നു. സുന്ദരിയും സുശീലയുമായ ആത്രേയി അംഗിരസിനെ അനുസരിച്ച് ജിവിച്ചുപോന്നു. ഒരിക്കൽ അത്രി മഹർഷി മകളോട് ക്ഷേമാന്വേഷണം നടത്തി. ഭർത്തൃസ്നേഹത്തിൽ ശരിക്കും തൃപ്തയാണോയെന്ന അത്രിയുടെ ചോദ്യത്തിന് ആത്രേയി സത്യസന്ധമായ ഉത്തരം നല്കി. അവൾ പറഞ്ഞു- അദ്ദേഹത്തിന് എന്നോട് ഏറെ സ്നേഹമാണ്. എന്നാൽ നിസ്സാര കാര്യങ്ങൾക്കുപോലും അദ്ദേഹം വഴക്കടിക്കും. കോപം വന്നാൽ പിന്നെ അദ്ദേഹത്തിന്റെ സമീപത്ത് നില്ക്കാൻ കഴിയില്ല. ക്ഷിപ്രകോപത്തിന്റെ പിടിയിൽ നിന്നും അദ്ദേഹത്തെ മോചിപ്പിക്കുവാനുള്ള മാർഗ്ഗം അച്ഛൻ എനിക്ക് ഉപദേശിച്ച് തരണം. അത്രി മഹർഷി മകളെ ആശ്വസിപ്പിച്ചു.

ജന്മസിദ്ധമായ സവിശേഷതകൾ ആർക്കും എളുപ്പത്തിൽ കൈവിടുവാൻ ആകില്ല. അഗ്നിയിൽ നിന്ന് പിറന്നവനായ അംഗിരസ് ക്ഷിപ്രകോപിയായി മാറി. അദ്ദേഹത്തിന്റെ ഈ ദൗർബല്യം മാറ്റിയെടുക്കുവാൻ ഭാര്യയായ നിനക്ക് മാത്രമേ കഴിയൂ. അംഗാരജാതനായ അംഗിരസിന്റെ മേൽ ജലമായി ചൊരിയുവാൻ നിനക്ക് കഴിയണം. അതിന് ഏറെ ശ്രദ്ധയും ക്ഷമയും പ്രാർഥനയും ആവശ്യമാണ്. സ്വന്തം കുടുംബത്തിനു വേണ്ടി നീ ഒരു തപസ്യ ഏറ്റെടുക്കുന്നതായി കരുതുക.

ആത്രേയി പിതാവിന്റെ ഉപദേശം അക്ഷരംപ്രതി അനുസരിച്ചു. അവൾ അംഗിരസിന്റ മേൽ സ്നേഹവർഷം ചൊരിഞ്ഞുകൊണ്ടേയിരുന്നു. ഇതിനിടയിൽ ആത്രേയി അംഗിരസിന്റെ പിതാവായ അഗ്നിദേവനെ കണ്ടു. അംഗിരസിന്റെ ക്രോധാഗ്നിയെ ശമിപ്പിക്കാൻ അവനെ നദീ ജലത്തിൽ മുക്കേണ്ടി വരുമെന്ന് അഗ്നി മരുമകളെ ഉപദേശിച്ചു.

നീ ജലമായി അംഗിരസിനെ സ്നാനം ചെയ്യിച്ചുകൊണ്ടേയിരിക്കുകയെന്ന പിതാവിന്റെ ഉപദേശം ആത്രേയിക്ക് മുൻപേ ലഭിച്ചിരുന്നു. അഗ്നിയുടെ ഉപദേശവും അവൾ ഹൃദയത്തിൽ ഏറ്റുവാങ്ങി. പതിവ്രതകളിൽ അഗ്രഗണ്യയായ അനസൂയയോടൊത്ത് ബാല്യം കഴിച്ചുകൂട്ടിയതിന്റെ അനുഭവങ്ങളും ആ ഹൃദയത്തിൽ ആവോളമുണ്ടായിരുന്നു. ക്രമേണ അവൾ ഒരു നദിയായി മാറി. ബ്രഹ്മാണ്ഡപുരാണത്തിലെ ഈ കഥയനുസരിച്ച് പതീസ്നേഹതരളിതയായ ആത്രേയിയാണ് പരുഷ്ണീ തീർഥമായി പരിണമിച്ചത്. (സിന്ധു നദിയുടെ അഞ്ച് പ്രമുഖ പോഷകനദികളിൽ ഒന്നായ റാവി പരുഷ്ണിയെന്നും ഐരാവതിയെന്നും അറിയപ്പെട്ടിരുന്നു.) ഭർത്താവിനുവേണ്ടി ത്യാഗം സഹിച്ച അനസൂയ പതിവ്രതാരത്നമായി വിളങ്ങുന്നു. എന്നാൽ അവരുടെ പുത്രിയായ ആത്രേയി ഭർത്താവിനും പിതാവിനും വേണ്ടി ഒരുപോലെ ത്യാഗമനുഷ്ഠിച്ചു. ജലമായി മാറി ഭർത്താവിന്റെ മനസ്സിനെ അലിയിക്കുവാനാണ് അച്ഛൻ മകളെ ഉപദേശിച്ചത്. പൂവാകാൻ പറഞ്ഞപ്പോൾ പൂന്തോട്ടമായി എന്നു പറയുന്നതു പോലെ അച്ഛന്റെയും ഭർത്ത്യപിതാവിന്റെയും ആഗ്രഹം അവൾ സാധിച്ചുകൊടുത്തു. മാത്രമല്ല, ഭൂമിയെത്തന്നെ ആർദ്രയാക്കാൻ ആത്രേയിക്ക് സാധിച്ചു. അത്രിപത്നിയേക്കാൾ അത്രിപുത്രി വിശുദ്ധയായി മാറി.

അനിരുദ്ധനും അസുരപുത്രിയും

സഹോദരന്മാരായ ദേവാസുരന്മാർ ഏറിയകാലം പരസ്ചരം പിണങ്ങിയും കുറച്ചുകാലം ഇണങ്ങിയും കഴിഞ്ഞിരുന്നു. എക്കാലത്തും ഓർമ്മിക്കാവുന്ന നേട്ടങ്ങൾ അവർ ഒരുമയിലൂടെ കൈവരിച്ചിരുന്നു. ഒരുമയുടെ അമൃതശക്തിയെന്തെന്ന് വിളിച്ചോതുന്ന പാലാഴിമഥനം കഥ എന്തെന്നറിയാത്തവർ ആരുമുണ്ടാവില്ല. മന്ദരപർവതത്തെ ആഴിമധ്യേ കടകോലായി നിർത്താനും സർപ്പരാജനായ വാസുകിയെ അനുനയിപ്പിച്ച് കൊണ്ടുവന്ന് മഥനത്തിനുള്ള കയറാക്കുവാനും ദേവാസുരക്കൂട്ടായ്മക്ക് കഴിഞ്ഞു. ദേവന്മാർ അമൃതം സ്വന്തമാക്കി ജരാനരയിൽ നിന്ന് മുക്തരായി. പാലാഴിയിൽ നിന്ന് അമൃത് മാത്രം ലഭിച്ചിരുന്നെങ്കിൽ ഒരുപക്ഷേ ദേവാസുര യോജിപ്പ് നിലനില്ക്കുമായിരുന്നു. വിലയേറിയ പലതും മഥനത്തിന്റെ ഫലമായി പുറത്തു വന്നു. അങ്ങനെ വന്ന വിശിഷ്ടജീവികളേയും വിശിഷ്ട വസ്തുക്കളേയും ദേവന്മാർ പങ്കിട്ടെടുത്തു. ഐരാവതത്തെയും ഉച്ചൈശ്രവസ്സിനെയും അപ്സര സുന്ദരികളെയും ദേവേന്ദ്രൻ സ്വന്തമാക്കി. ലക്ഷ്മീദേവിയെ വിഷ്ണു സ്വന്തമാക്കി. വാസുകിയുടെ തലഭാഗത്തു പിടിച്ച് ഏറെ കഷ്ടപ്പെട്ട് പാലാഴിമഥനത്തിൽ പങ്കെടുത്ത അസുരന്മാർക്ക് എന്തെങ്കിലും വേണമോയെന്ന് ആരും തിരക്കിയില്ല. (ദുർവാസാവിന്റെ ശാപം നിമിത്തം ജരാനര ബാധിച്ച് ദുർബലരായ ദേവന്മാർ വാസുകിയുടെ വാലിൽ പിടിച്ചാണ് പാലാഴി കടഞ്ഞത്.) ധന്വന്തരി ദേവൻ അമൃതകുംഭവുമായി വന്നപ്പോൾ ദേവന്മാർ വെപ്രാളത്തോടെ മറ്റുപലതും പങ്കുവെയ്ക്കുന്നതിന്റെ തിരക്കിലായിരുന്നു. അവസരം മുതലെടുത്ത അസുരന്മാർ അമൃതവുമായി കടന്നുകളഞ്ഞു. ലക്ഷ്മീദേവിയെ സ്വന്തമാക്കിക്കഴിഞ്ഞ വിഷ്ണു മോഹിനിയുടെ വേഷം കെട്ടി രാഹു ഒഴികെയുള്ള അസുരന്മാരെയെല്ലാം പറ്റിച്ച് അമൃത് വീണ്ടെടുത്തു.

അമൃത് ശാശ്വതമായ ആനന്ദത്തിന്റെ പ്രതീകമാണെന്നാണ് പറയുന്നത്. കറയറ്റ സ്നേഹം അമൃതതുല്യമാണ്. മാതാവായ വിനതയെ ദാസ്യത്തിൽ നിന്ന് മോചിപ്പിക്കുവാനായി അമൃതകുംഭം തേടി ഗരുഡൻ ഒരിക്കൽ സ്വർഗ്ഗത്തിലെത്തി. മാതൃസ്നേഹത്തിന്റെ ശക്തമായ ഉൾപ്രേരണയോടെ പോരാടിയ ഗരുഡനെ തോല്പിക്കാൻ ഇന്ദ്രനും കഴിഞ്ഞില്ല. അപ്പോൾ ഇന്ദ്രൻ അമൃതം പുറത്തുകൊണ്ടുപോകാൻ പാടില്ല, നിനക്ക് അത് സേവിക്കാൻ അവസരം തരാമെന്ന് പറഞ്ഞു. ഗരുഡൻ ആ പ്രലോഭനത്തിൽ വീണില്ല. അമ്മക്കുവേണ്ടി ചെയ്യാൻ നിനച്ച കാര്യം ഗരുഡൻ ചെയ്തേ അടങ്ങിയുള്ളു. തീവ്രമായ മാതൃസ്നേഹം പ്രകടിപ്പിച്ച ഗരുഡനെ വിഷ്ണു അമൃതം കഴിക്കാതെ തന്നെ അമൃതസേവനത്തിന്റെ ഗുണം അനുഭവിച്ചുകൊള്ളുവാൻ അനുഗ്രഹിച്ചു. അതിന്റെയർഥം യഥാർഥ സ്നേഹം ഉള്ളിലുള്ളവന് വേറെ അമൃതിന്റെ ആവശ്യമില്ലായെന്നാണ്. സ്നേഹാമൃതമെന്ന പ്രയോഗം തന്നെ ഈ അർഥത്തിലാണല്ലോ.? സ്നേഹം പകർന്നു നല്കുന്ന അനുഭൂതിക്കുമേൽ മറ്റൊന്നുമില്ലായെന്ന് കരുതിയവർ ധാരാളമുണ്ട്. എല്ലാ തലത്തിലുമുള്ള സ്നേഹവും അമൃതസ്വരൂപത്തിലാണ്. അസുരസ്ത്രീകളും അപ്സരസ്ത്രീകളും മനുഷ്യരെ സ്നേഹിച്ച് വിവാഹം കഴിച്ചിട്ടുണ്ട്. അപ്സരസ്സായ ഉർവശി മനുഷ്യനായ പുരൂരവസിനെ പ്രണയിച്ച് വിവാഹം കഴിച്ചു. ദുർജ്ജയൻ എന്നൊരു രാജാവും ഉർവശിയെ പ്രണയിച്ച് സ്വന്തമാക്കിയിട്ടുണ്ട്. നഹുഷൻ പാർവതീദേവിയുടെ മാനസപുത്രിയായ അശോകസുന്ദരിയെ വിവാഹം കഴിച്ചു. അസുര ഗുരുവായ ശുക്രാചാര്യരുടെ മകൾ ദേവയാനി യയാതിയെ വിവാഹം കഴിച്ചു. അതിന് മുമ്പവൾ ദേവഗുരുവായ ബൃഹസ്പതിയുടെ മകൻ കചനെ പ്രണയിച്ചു. ശ്രീകൃഷ്ണപുത്രനായ പ്രദ്യുമ്നൻ മായാവതിയെന്ന അസുരസ്ത്രീയെ വിവാഹം കഴിച്ചു. ശ്രീകൃഷ്ണന് ജാംബവതിയിലുണ്ടായ മകനായ സാംബൻ ദുര്യോധനപുത്രിയായ ലക്ഷ്മണയെ(സുദർശന) വിവാഹം കഴിച്ചു. നകുലൻ ശിശുപാലന്റെ മകൾ കരേണുമതിയെ വിവാഹം കഴിച്ചു. താരകാസുരന്റെയും ശൂരപത്മാവിന്റെയും സഹോദരിയായ അജമുഖി എന്ന അസുരസ്ത്രീ ദുർവാസാവ് മഹർഷിയെ വിവാഹം കഴിച്ചു. ഗംഗാദേവി ശന്തനുവിനെ വിവാഹം കഴിച്ചു. പരീക്ഷിത്ത് മണ്ഡൂക കുമാരിയായ സുശോഭനയെ വിവാഹം കഴിച്ചു. ചുരുക്കിപ്പറഞ്ഞാൽ ജാതിവർഗ്ഗ-വർണ്ണ വ്യത്യാസങ്ങൾക്കതീതമായി മനുഷ്യനെ ഒന്നിപ്പിക്കുവാൻ പ്രണയാമൃതത്തിന് കഴിഞ്ഞിട്ടുണ്ട്. ശ്രീകൃഷ്ണന് അസുരന്മാരുമായുള്ള ബന്ധം ശക്തിപ്പെടുത്തുന്നതിന് മകന്റെയും ചെറുമകന്റെയും വിവാഹബന്ധങ്ങൾ സഹായകരമായിട്ടുണ്ട്.

മഹാബലിക്ക് നൂറ് പുത്രന്മാരുണ്ടയി. ജ്യേഷ്ഠപുത്രൻ ബാണൻ എന്നറിയപ്പെട്ടു. തന്റെ പിതാവിന്റെ പതനത്തിന് കാരണക്കാരനായതുകൊണ്ടാകാം ഭഗവാൻ വിഷ്ണുവിനോട് ബാണൻ നീരസത്തിലായിരുന്നു. അദ്ദേഹം വലിയ ശിവഭക്തനായിരുന്നു. കഠിന തപസ്സ് ചെയ്ത ബാണാസുരനെ ശിവൻ അനുഗ്രഹിച്ചു. പാർവതിയുടെ അനുഗ്രഹവും ബാണാസുരന് ലഭിച്ചു. സ്കന്ധന്റെ ഇളയ സഹോദരനെന്ന പരിഗണന ബാണന് പാർവതീദേവി നല്കി. ബാണന് വരമരുളിയ പരമശിവൻ നിന്റെ കൊടിമരം മുറിഞ്ഞുവീഴും വരെ നിന്നെ ആരും ആക്രമിക്കുകയില്ലെന്ന് പറഞ്ഞു. മാത്രമല്ല, നിനക്ക് നാം എന്നും പരിരക്ഷ നല്കുമെന്നും ഭഗവാൻ പറഞ്ഞു. ബാണൻ ഈ വിവരങ്ങളൊക്കെ തന്റെ മന്ത്രി ആയ കുംഭാണ്ഡനെ അറിയിച്ചു. അങ്ങനെയിരിക്കെ ഒരു ദിവസം ഇന്ദ്രന്റെ വജ്രായുധമേറ്റ് ബാണാസുരന്റെ കൊടിമരം മുറിഞ്ഞുവീണു.

ബാണാസുരന് അതിസുന്ദരിയായ ഒരു മകളുണ്ടായിരുന്നു. പേര് ഉഷ. അവൾ ശ്രീകൃഷ്ണന്റെ പൗത്രനായ അനിരുദ്ധനിൽ ആസക്തയായി. ഉഷ തന്റെ തോഴിയായ ചിത്രലേഖയുടെ സഹായത്തോടെ അനിരുദ്ധനുമായി കൂടിക്കാഴ്ച നടത്തി. ബാണാസുരനറിയാതെ പലവട്ടം അവർ കൂടിക്കാഴ്ചകൾ നടത്തി. അത്തരത്തിലുള്ള ഒരു കൂടിക്കാഴ്ചക്കിടെ ഇരുവരും ബാണാസുരന്റെ പിടിയിലായി. അനിരുദ്ധൻ ബാണാസുരന്റെ തടവിലാണെന്നുള്ള കാര്യം നാരദരിലൂടെ ശ്രീകൃഷ്ണൻ അറിഞ്ഞു. അനിരുദ്ധൻ അസുരപുത്രിയുമായി പ്രണയത്തിലാണെന്നും ശ്രീകൃഷ്ണനറിഞ്ഞു. ബന്ധനസ്ഥനായ അനിരുദ്ധനെ രക്ഷിക്കുവാനായി ബലരാമന്റെയും പ്രദ്യുമ്നന്റെയും സൈന്യത്തോടൊപ്പം ശ്രീകൃഷ്ണൻ അസുരന്റെ ആസ്ഥാനമായ ശോണിതപുരത്തെത്തി. ബാണാസുരന്റെ രാജ്യാതിർത്തിയിൽ അഗ്നി കാവൽ നിന്നിരുന്നു. ഗരുഡൻ ആയിരം മുഖമുള്ളവനായി മാറി ആയിരം കൊക്കിൽ ജലം ശേഖരിച്ചുകൊണ്ടു വന്ന് അഗ്നിയെ ഇല്ലാതാക്കി. അംഗിരൻ, ത്രിശിരസ്, ജ്വരൻ എന്നീ പടനായകന്മാരുടെ നേതൃത്വത്തിലുള്ള ബാണാസുരന്റെ പടയെ ശ്രീകൃഷ്ണൻ നേരിട്ടു. മൂന്ന് പടനായകന്മാരെയും ശ്രീകൃഷ്ണൻ പരാജയപ്പെടുത്തി.

ശ്രീകൃഷ്ണനിൽ നിന്നും ബാണാസുരനെ രക്ഷിക്കുവാൻ പരമശിവൻ രംഗത്തെത്തി. ആയിരം കൈകളുള്ള ബാണാസുരന്റെ കരങ്ങൾ അരിഞ്ഞു വീഴ്ത്താൻ ശ്രീകൃഷ്ണൻ തീരുമാനിച്ചു. ശിവനും പാർവതിയും ഇടപെട്ടിട്ടും അസുരന് തന്റെ ആയിരം കൈകൾ നിലനിർത്താനായില്ല. രണ്ടു കൈകളൊഴികെ ബാക്കിയുള്ള കൈകളെല്ലാം ശ്രീക്യഷണൻ അരിഞ്ഞുവീഴ്ത്തി. ബാണാസുരന്റെ അഹങ്കാരം ശമിപ്പിക്കാനാണ് അപ്രകാരം ചെയ്തതെന്ന് ക്യഷ്ണൻ പറഞ്ഞു. ശിവപാർവതിമാർ കരങ്ങൾ മുറിഞ്ഞത്

മൂലമുള്ള ബാണാസുരന്റെ വേദനയും വൈരൂപ്യവും മാറ്റിക്കൊടുത്തു. അവസാനം ശ്രീകൃഷ്ണനും കൂട്ടരും ബാണാസുരനുമായി ഒത്തുതീർപ്പുണ്ടാക്കി. ഉഷയെ അനിരുദ്ധൻ പരിണയിച്ചു. അങ്ങനെ പിതാവായ പ്രദ്യുമ്നനെപ്പോലെ അനിരുദ്ധനും അസുരപുത്രിയെ വിവാഹം കഴിച്ചു. സ്ത്രീ-പുരുഷ പ്രണയത്തിന് വർണ്ണ-വർഗ്ഗ വ്യത്യാസങ്ങൾ തടസ്സമല്ലായെന്നവർ തെളിയിച്ചു.

വംശഹത്യ

ഒരു വംശത്തിലൊരാൾ തെറ്റുചെയ്താൽ ആ വംശത്തിൽ പിറന്നവരെയൊക്കെ ശത്രുക്കളായിക്കണ്ട് അവരെ പൂർണ്ണമായി നശിപ്പിക്കാൻ ശ്രമിക്കുന്ന ഒരു പ്രവണത ഇവിടെ പണ്ടുമുതലേ നിലനിന്നിരുന്നു. കുടിപ്പകയായിട്ടും ജാതി-മതസ്പർദ്ധയായുമൊക്കെ അത് എന്നും നിലനില്ക്കുന്നതായിക്കാണാം. ജാതിയും വർഗ്ഗവും വംശവുമൊന്നും മനുഷ്യൻ തെരഞ്ഞെടുക്കുന്നതല്ല. ഇവയൊക്കെ മനുഷ്യജീവിതത്തിൽ ആകസ്മികമായി വന്നണയുന്നതാണ്. ഇക്കാര്യം എല്ലാവർക്കും അറിയാമെങ്കിലും ഇത്തരത്തിലുള്ള അസ്തിത്വത്തെ മനുഷ്യൻ തരാതരം പോലെ പ്രോത്സാഹിപ്പിക്കാറുണ്ട്. കാർത്തവീര്യാർജ്ജുനൻ എന്ന ഒരു ക്ഷത്രിയൻ ചെയ്ത അപരാധത്തിന് ക്ഷത്രിയ വംശത്തെ ആകെ നശിപ്പിക്കാൻ ഇറങ്ങിപ്പുറപ്പെട്ട പരശുരാമൻ ചിരഞ്ജീവികളിൽ ഒരാളാണല്ലോ. രാക്ഷസരൂപം പൂണ്ട കന്മാഷപാദൻ ചെയ്ത പാതകത്തിന് പ്രതികാരമായി മുഴുവൻ രാക്ഷസന്മാരെയും നിഗ്രഹിക്കാനായി രാക്ഷസസത്രം നടത്തിയ മഹർഷിയാണ് വേദവ്യാസന്റെ പിതാവായ പരാശരൻ. വ്രതനിഷ്ഠയോടെ വംശഹത്യക്കിറങ്ങി പുറപ്പെട്ട ഇരുവരും പ്രസിദ്ധരായ തപസ്വികളായിരുന്നുവെന്നത് പ്രത്യേകം ശ്രദ്ധിക്കേണ്ടതുണ്ട്. മഹായുദ്ധത്തിന്റെ ഫലമായ ഹിംസയുടെ തേർവാഴ്ച എന്താണെന്ന് ജനിച്ചപ്പോഴേ അനുഭവിച്ചറിഞ്ഞിട്ടും പരീക്ഷിത്ത് രാജാവ് ഹിംസയോട് വലിയ അടുപ്പം വച്ചു പുലർത്തിയിരുന്നു. നിരന്തരം നായാട്ട് നടത്തിയിരുന്ന ഇദ്ദേഹം ഒരിക്കൽ മണ്ഡൂകങ്ങളുടെ വംശഹത്യ നടത്താൻ തുനിഞ്ഞു. പരീക്ഷിത്തിന്റെ മരണം തക്ഷകദംശനമേറ്റായിരുന്നതു കൊണ്ട് സമസ്ത സർപ്പങ്ങളേയയും കൊല്ലുവാനായി പരീക്ഷിത്തിന്റെ മകൻ ജനമേജയൻ നാഗയജ്ഞം നടത്തി. ഇവരൊക്കെ വംശഹത്യ നടത്തുക മാത്രമല്ല, ഹിംസയെ പവിത്രവല്ക്കരിക്കാൻ ശ്രമിക്കുകയും ചെയ്തു.

പരശുരാമന്റെ വക ക്ഷത്രിയ വംശഹത്യ

ക്ഷത്രിയരായ ഹേഹയന്മാരുടെ തണലിൽ കഴിഞ്ഞ ബ്രാഹ്മണരായ ഭാർഗ്ഗവന്മാർ ധനികരും പ്രബലരുമായി. ഭരണനിർവഹണത്തിന് പണമില്ലാതെ വന്നപ്പോൾ ഹേഹയർ ഭാർഗ്ഗവരോട് സഹായം തേടിയെങ്കിലും അവർ സഹായിച്ചില്ല. ഇതിനെ തുടർന്നുണ്ടായ തർക്കം സംഘർഷത്തിൽ കലാശിക്കുകയും ഭാർഗ്ഗവരിൽ (ഭൃഗു മഹർഷിയുടെ വംശത്തിൽ പെട്ടവർ) കുറെപ്പേർ മരിക്കുകയും ചെയ്തു. ഭീതി നിമിത്തം കുറെ ബ്രാഹ്മണർ നാട് വിട്ട് പോയി. പരശുരാമന്റെ പിതാമഹനായ ഋചീകന്റെ കാലത്താണിത് നടന്നത്. ഋചീകന്റെ ഗർഭിണിയായ ഭാര്യ തന്റെ കുഞ്ഞ് അസുരക്ഷിതമായ ലോകത്ത് പിറക്കരുതെന്ന തീക്ഷ്ണമായ ആഗ്രഹം വച്ചുപുലർത്തി. അങ്ങനെ ആ സന്താനം പുറത്തുവരാൻ കഴിയാതെ പന്ത്രണ്ട് വർഷക്കാലം അമ്മയുടെ ഉദരത്തിൽ തന്നെ കഴിഞ്ഞുവത്രേ! അതിന് ശേഷം കുഞ്ഞ് അമ്മയുടെ ഊരു ഭേദിച്ച് പുറത്തുവന്നു. തേജസ്വിയായ ആ ശിശുവിന് ഊർവ്വൻ എന്ന് പേരിട്ടു. ഊർവ്വന് ക്ഷത്രിയരോട് വലിയ പകയുണ്ടായിരുന്നു. സദാ രോഷാകുലനായ ഇദ്ദേഹത്തെ ദേവന്മാർ സാന്ത്വനിപ്പിച്ചു. ക്ഷത്രിയർ ഊർവ്വനോട് ക്ഷമ ചോദിച്ചു. ഊർവ്വന്റെ മുഖത്തുണ്ടായിരുന്ന അഗ്നികണങ്ങളെ ദേവതകൾ ശേഖരിച്ച് സമുദ്രത്തിലിട്ടു. അവ സമുദ്രത്തിൽ ബഡവാഗ്നിയായി രൂപപ്പെട്ടു. ബ്രാഹ്മണ-ക്ഷത്രിയ വൈരം തല്ക്കാലത്തേക്കെങ്കിലും തണുത്തു.

ഹേഹയൻമാരും ഭാർഗ്ഗവന്മാരും വിഷ്ണുവുമായി ഏറ്റവും അടുത്ത ബന്ധം പുലർത്തുന്നവരാണ്. ഹേഹയ വംശസ്ഥാപകനായ ഏകവീരൻ അഥവാ ഹേഹയൻ വിഷ്ണുവിന്റെയും ലക്ഷ്മിയുടേയും മകനാണ്. ഹയം അഥവാ കുതിരയിൽ നിന്ന് പിറന്നവനാണ് ഹേഹയൻ. പണ്ട് ഇന്ദ്രന്റെ സുഹൃത്തായ രേവന്തൻ വൈകുണ്ഠത്തിൽ സന്ദർശനത്തിനെത്തി. കാമദേവനെപ്പോലെ സുന്ദരനായ രേവന്തൻ ദേവേന്ദ്രന്റെ കുതിരയായ ഉച്ചൈശ്രവസിന്റെ പുറത്തേറിയാണവിടെ എത്തിയത്. വിഷ്ണുദേവനും ലക്ഷ്മീദേവിയും ചേർന്ന് അദ്ദേഹത്തെ സ്വികരിച്ചു. തദവസരത്തിൽ വിഷ്ണു ലക്ഷ്മിയോട് പലകാര്യങ്ങൾ ചോദിച്ചെങ്കിലും ലക്ഷ്മി ഒന്നിനും തന്നെ മറുപടി പറഞ്ഞില്ല. അവർ രേവന്തനേയും കുതിരയേയും മാറിമാറിനോക്കുന്നുണ്ടായിരുന്നു. പരിസരം മറന്നുകൊണ്ടുള്ള ലക്ഷ്മീദേവിയുടെ പ്രവൃത്തിയിൽ അനൗചിത്യം ദർശിച്ച വിഷ്ണു അവരെ ശപിച്ചു. നീ ഒരു കുതിരയായി പിറക്കട്ടെ എന്നായിരുന്നു ശാപം. ശാപകാരണമറിഞ്ഞ ലക്ഷ്മീദേവി ഞെട്ടിപ്പോയി. താൻ രേവന്തനെയല്ല, പാലാഴിയിൽ നിന്നും പിറന്ന തന്റെ സഹോദരനായ ഉച്ചൈശ്രവസിനെയാണ് ഇമവെട്ടാതെ

നോക്കിയിരുന്നതെന്ന് ലക്ഷ്മീദേവി വിശദീകരിച്ചു. എനിക്ക് തുല്യനായ ഒരു പുത്രന് ജന്മം നല്കുമ്പോൾ നിനക്ക് ശാപമുക്തിയുണ്ടാകുമെന്ന് വിഷ്ണു പറഞ്ഞു. ലക്ഷ്മീദേവി ഏറെക്കാലം ഭൂമിയിൽ പെൺകുതിരയായി കഴിഞ്ഞു. അവൾ ശിവപാർവതിമാരോട് സങ്കടം പറഞ്ഞു. ശിവൻ വിഷ്ണുവുമായി സംസാരിച്ചതിനെ തുടർന്ന് വിഷ്ണു ഒരു ആൺകുതിരയുടെ രൂപത്തിൽ ഭൂമിയിലെത്തി. കുതിരരൂപത്തിൽ കഴിഞ്ഞ ലക്ഷ്മിക്കും വിഷ്ണുവിനും പിറന്ന പുത്രനാണ് ഏകവീരൻ. ഇദ്ദേഹമാണ് ഹേഹയവംശ സ്ഥാപകൻ. വിഷ്ണുവിന്റെ അവതാരമായ പരശുരാമൻ ഈ വംശവുമായി കലഹിക്കാൻ പാടില്ലാത്തതായിരുന്നു. എന്നാൽ സാഹചര്യങ്ങൾ അവരെ വലിയ ശത്രുതയിലേക്ക് നയിച്ചു.

ഭാർഗ്ഗവ വംശത്തിൽ ഊർവ്വന്റെ പുത്രനായി ജമദഗ്നിയും ജമദഗ്നിയിൽ നിന്ന് പരശുരാമനും ജനിച്ചു. ഹേഹയവംശത്തിൽ കൃതവീര്യന്റെ പുത്രനായി കാർത്തവീര്യാർജ്ജുനൻ ജനിച്ചു. ഇദ്ദേഹം മഹാപരാക്രമിയായി അറിയപ്പെട്ടു.. ഒരിക്കൽ കാർത്തവീര്യാർജ്ജുനൻ അഗ്നിദേവനെ കാര്യമായി സല്ക്കരിച്ചു. തൽഫലമായി രാജ്യത്തെ വനങ്ങളും പർവതങ്ങളും വെന്തരിഞ്ഞു. ഇതു മൂലം തപസ്വികളായ ബ്രാഹ്മണർക്ക് ദോഷമുണ്ടായി. ആപകൻ എന്ന സന്യാസിയുടെ ആശ്രമം കത്തിച്ചാമ്പലായി. പരശുരാമനാൽ കാർത്തവീര്യാർജ്ജുനന്റെ ആയിരം കരങ്ങൾ ഛേദിക്കപ്പെട്ടുമെന്ന് ആപകൻ ശപിച്ചു.

ഒരിക്കൽ നായാട്ട് കഴിഞ്ഞ് ക്ഷീണിതനായ കാർത്തവീര്യാർജ്ജുനനും സംഘവും ജമദഗ്നിയുടെ ആശ്രമത്തിലെത്തി. മഹർഷി അവരെ സ്വീകരിച്ച് സല്ക്കരിച്ചു. തിരിച്ചുപോകാൻ നേരത്ത് മുനിയുടെ കാമധേനുവിനെപ്പറ്റി മന്ത്രിയായ ചന്ദ്രഗുപ്തൻ പറഞ്ഞ് രാജാവറിയാൻ ഇടയായി. അതിനെ സ്വന്തമാക്കിയാൽ കൊള്ളാമെന്ന് രാജാവിന് തോന്നി. ദൗത്യം ഏറ്റെടുത്ത മന്ത്രി ചന്ദ്രഗുപ്തൻ ജമദഗ്നിയോട് കാര്യം പറഞ്ഞു. പക്ഷേ, സുശീല എന്ന പേരുള്ള തന്റെ കാമധേനുവിനെ വിട്ടുകൊടുക്കാൻ മഹർഷി തയ്യാറല്ലായിരുന്നു. കാമധേനു അപഹരിക്കപ്പെടുന്നതു കണ്ട മഹർഷി അതിനെ പിന്തുടർന്നു. വഴിയിൽ വച്ച് മന്ത്രി ജമദഗ്നിയെ വധിച്ചു. ഭർത്താവിന്റെ മരണത്തിൽ ദു:ഖാർത്തയായ രേണുക ഇരുപത്തിഒന്ന് പ്രാവശ്യം നെഞ്ചത്തടിച്ച് വിലപിച്ചു. ഇതറിഞ്ഞ പരശുരാമൻ ഇരുപത്തിഒന്ന് പ്രാവശ്യം ഭൂപ്രദക്ഷിണം ചെയ്ത് ക്ഷത്രിയ വംശത്തെ നശിപ്പിക്കുമെന്ന് പ്രതിജ്ഞ ചെയ്തു. അസുരഗുരുവായ ശുക്രാചാര്യർ മൃതസഞ്ജീവനി മന്ത്രം കൊണ്ട് ജമദഗ്നി മഹർഷിയെ പുനർജ്ജീവിപ്പിച്ചു. കാമധേനുവായ സുശീലയും കിടാവിനെക്കൂടാതെ തിരികെയെത്തി. കിടാവിനെ കൂടി വീണ്ടെടുക്കുമെന്ന് പ്രഖ്യാപിച്ചു കൊണ്ട് പരശുരാമനും

ശിഷ്യനായ അകൃതവ്രണനും സംഘവും കാർത്തവീര്യാർജ്ജുനന്റെ രാജ്യ തലസ്ഥാനമായ മാഹിഷ്മതി ആക്രമിച്ചു. ഘോരയുദ്ധത്തിനവസാനം പരശുരാമൻ കാർത്തവീര്യാർജ്ജുനനെയും അദ്ദേഹത്തിന്റെ നിരവധി മക്കളേയും കൊലപ്പെടുത്തി. ആപകന്റെ ശാപം ഫലിച്ചു. പരശുരാമൻ തന്റെ പ്രതിജ്ഞ അനുസരിച്ച്ഇരുപത്തിഒന്ന് പ്രാവശ്യം ഇങ്ങനെ ക്ഷത്രിയരെ കൊന്നൊടുക്കി. ക്ഷത്രിയ രക്തം കൊണ്ട് ഒരു വലിയതടാകം തീർത്തു. അത് സ്യമന്ദപഞ്ചക തീർഥം എന്നറിയപ്പെട്ടു. പിടിച്ചടക്കിയ ദേശങ്ങളെല്ലാം പരശുരാമൻ കശ്യപന് ദാനം ചെയ്തു. ദാനം സ്വീകരിച്ച് അധികനാൾ കഴിയും മുമ്പ് കശ്യപൻ പരശുരാമനെ തന്റെനാട്ടിൽ നിന്നും പുറത്താക്കി. പിന്നീട് അദ്ദേഹം വരുണൻ ദാനം ചെയ്ത സ്ഥലത്തത് (കേരളത്തിൽ) കഴിഞ്ഞു കൂടി. പിന്നീടതും ദാനം ചെയ്തിട്ട് പാപ പരിഹാരാർഥം തപസ്സനുഷ്ഠിച്ചു.

രാക്ഷസ യജ്ഞം

വസിഷ്ഠനും വിശ്വാമിത്രനും പരസ്പരം മത്സരിക്കുക പതിവായിരുന്നു. വസിഷ്ഠനെതിരെ പ്രവർത്തിക്കുന്നവരെ വിശ്വാമിത്രൻ പ്രോത്സാഹിപ്പിച്ചിരുന്നു. ഒരിക്കൽ കന്മാഷപാദൻ എന്ന അയോധ്യയിലെ രാജാവ് നായാട്ടിനായി വനത്തിലെത്തി. വസിഷ്ഠപുത്രനായ ശക്തി മഹർഷി ആ വനത്തിലുണ്ടായിരുന്നു. നായാട്ടിന്റെ ലഹരിയിലായിരുന്നതുകൊണ്ടാകാം കന്മാഷപാദൻ ശക്തിമഹർഷിയെ വേണ്ടത്ര ബഹുമാനിച്ചില്ല. ഇതിൽ മഹർഷി കോപിഷ്ഠനായി. മാംസത്തിനായി നായാട്ട് നടത്തുന്ന നീ രാക്ഷസനെപ്പോലെയാണ് പെരുമാറുന്നത്. അതുകൊണ്ട് നീ ഇപ്പോൾ തന്നെ നരഭോജിയായ രാക്ഷസനായി മാറട്ടെയെന്ന് ശക്തിമഹർഷി കന്മാഷപാദനെ ശപിച്ചു. കോപാന്ധനായ മഹർഷിയുടെ ശാപമേറ്റയുടൻ കന്മാഷപാദൻ രാക്ഷസനായി മാറി. ശക്തിമഹർഷിയെ വാരി വിഴുങ്ങിക്കൊണ്ട് ആ രാക്ഷസൻ തന്റെ നരഭോജനത്തിന് നാന്ദി കുറിച്ചു. പിന്നീട് ഈ രാക്ഷസൻ വിശ്വാമിത്ര മഹർഷിയെക്കണ്ടു. കാര്യങ്ങളൊക്കെയറിഞ്ഞ മഹർഷി ശക്തിയുടെ കുലത്തോട് പകവീട്ടുവാൻ ഉത്സാഹിപ്പിച്ചു. രാക്ഷസൻ വസിഷ്ഠാശ്രമത്തിലെത്തി ആശ്രമം നശിപ്പിക്കുകയും വസിഷ്ഠന്റെ നൂറ് പുത്രന്മാരെ കൊന്ന് ഭക്ഷിക്കുകയും ചെയ്തു. ഈ സംഭവം വസിഷ്ഠനെ ഏറെ ദു:ഖിതനാക്കി.

ശക്തിമഹർഷി മരിക്കുമ്പോൾ അദ്ദേഹത്തിന്റെ ഭാര്യ അദൃശന്തി ഗർഭിണിയായിരുന്നു. അദൃശന്തിയെ വസിഷ്ഠൻ മറ്റൊരാശ്രമത്തിലേക്ക് മാറ്റി സംരക്ഷിച്ചു. അദൃശന്തിക്കു പിറന്ന മകൻ പരാശരൻ എന്നറിയപ്പെട്ടു. തന്റെ പിതാവിനെ കൊന്നത് രാക്ഷസനായ

കന്മാഷപാദനാണെന്നറിഞ്ഞ പരാശരന് രാക്ഷസകുലത്തോട് പക തോന്നി. രാക്ഷസന്മാരെ ഉന്മൂലനം ചെയ്യുന്നതിനായി പരാശരൻ ഒരു രാക്ഷസ യജ്ഞം നടത്തി. ഹിംസാത്മകമായ യജ്ഞം താപസന്മാർക്ക് ചേർന്നതല്ലെന്നും അതിൽ നിന്നും പിന്മാറണമെന്നും ധാരാളം മുനിമാർ പരാശരനെ ഉപദേശിച്ചെങ്കിലും അദ്ദേഹം യജ്ഞത്തിൽ നിന്നും പിന്മാറിയില്ല. അവസാനം അത്രി മഹർഷി നേരിട്ടു വന്ന് പരാശരനെ കണ്ട് ഉപദേശിച്ചു. എല്ലാ ജാതിയിലും വംശത്തിലും വർഗ്ഗത്തിലും നന്മയും തിന്മയുമുണ്ട്. ഒരാൾ ചെയ്ത തെറ്റിന് ഒരു വർഗ്ഗത്തെ മുഴുവൻ യജ്ഞത്തിന്റെ പേരിൽ നശിപ്പിക്കുവാൻ തുനിയുന്നത് ഹിംസയെ പവിത്രീകരിക്കുന്നതിന് തുല്യമാണ്. യജ്ഞം പ്രാണികൾക്ക് ഹിതമായുള്ളതാകണം. പ്രാണികുലത്തെ നശിപ്പിക്കുന്നതാകാൻ പാടില്ല. ഈ അടിസ്ഥാന കാര്യം മറന്നു പ്രവർത്തിക്കുന്നവൻ മുനികുലത്തിന് അപമാനമാണ്. ബ്രഹ്മപുത്രനായ പുലസ്ത്യനും പരാശരന്റെ മുത്തച്ഛനായ വസിഷ്ഠനും അവിടെ സന്നിഹിതരായി. അവരും യശസ്സും തപസ്സും പാഴാക്കരുതെന്ന് പരാശരനെ ഉപദേശിച്ചു. പരാശരൻ അവസാനം രാക്ഷസ യജ്ഞത്തിൽ നിന്നും പിൻവാങ്ങി. സാത്വികരിൽ പ്രമുഖനാകുമെന്നും പുരാണസംഹിതയുടെ കർത്താവായിത്തീരുമെന്നും വസിഷ്ഠനും പുലസ്ത്യനും പരാശരനെ അനുഗ്രഹിച്ചു.

പരീക്ഷിത്തിന്റെ നായാട്ടും മണ്ഡൂക വംശഹത്യയും.

പാണ്ഡവ വംശഹത്യ ലക്ഷ്യമാക്കിപ്പൊരുതിയ അശ്വത്ഥാമാവ് നിമിത്തം അഭിമന്യുപത്നിയായ ഉത്തരയുടെ ഗർഭസ്ഥ ശിശു ചാപിള്ളയായിട്ടാണ് പുറത്തു വന്നത്. ശ്രീകൃഷ്ണൻ ചാപിള്ളയെ ജീവിപ്പിക്കുകയും ഗർഭാവസ്ഥയിൽ തന്നെ പരീക്ഷിക്കപ്പെട്ട അവന് പരീക്ഷിത്ത് എന്ന് പേരിടുകയും ചെയ്തു. തന്റെ പിതാവായ ദ്രോണരെ വധിച്ചവരുടെ വംശം മുടിക്കാനിറങ്ങിയ അശ്വത്ഥാമാവിനെ ശ്രീകൃഷ്ണൻ ശപിച്ചു. പിന്നീട് വാനപ്രസ്ഥത്തിന് തയ്യാറായ പാണ്ഡവർ പരീക്ഷിത്തിനെ രാജാവാക്കി.

ഒരിക്കൽ നായാട്ടിന് പോയ പരീക്ഷിത്ത് ദാഹിച്ചു വലഞ്ഞു. ജലത്തിനു വേണ്ടി അലഞ്ഞ രാജാവ് അവസാനം ഒരു ചെറിയ പൊയ്ക കണ്ടുപിടിച്ചു. അതിൽ നിന്നും മതിയാവോളം ജലം കുടിച്ച് അദ്ദേഹം അവിടെ വിശ്രമിച്ചു. കുറച്ച് സമയം കഴിഞ്ഞ് മനോഹരമായി ഗാനം ആലപിക്കുന്ന ഒരു സുന്ദരിയെ പരീക്ഷിത്ത് കണ്ടുമുട്ടി. അവളുടെ സ്വരസുധയിലും സൗന്ദര്യലഹരിയിലും മതിമയങ്ങിയ രാജാവ് അവളോട് വിവാഹാഭ്യർഥന നടത്തി. ഒരിക്കലും തന്നെ ജലത്തിനരികിൽ കൊണ്ടു പോകരുതെന്ന വ്യവസ്ഥയിൽ അവൾ പരീക്ഷിത്തുമായുള്ള ഗാന്ധർവ വിവാഹത്തിന് സമ്മതിച്ചു. രാജാവ് അവളെ ഗാന്ധർവ വിവാഹം കഴിച്ചു.

അതിന് ശേഷം കൊട്ടാരത്തിലെത്തിയ പരീക്ഷിത്ത് അവളോടൊപ്പം അന്ത:പുരത്തിൽ അടച്ചു വാണു. അവർക്ക് വേണ്ടതെല്ലാം സേവകർ അന്ത:പുരത്തിൽ എത്തിക്കുമായിരുന്നു. എന്നാൽ അവിടെ ജലം എത്തിക്കുവാൻ അനുവാദം ഉണ്ടായിരുന്നില്ല. കുറെക്കാലത്തിന് ശേഷം ഒരു ദിവസം പരീക്ഷിത്ത് പ്രിയതമയോടൊപ്പം ഒരു ഉദ്യാനത്തിൽ കുറെ സമയം കഴിഞ്ഞു. ഉദ്യാനത്തിൽ ഒരു ചെറിയ പൊയ്കയുണ്ടായിരുന്നു. ആ പൊയ്കയിലെ നിർമ്മലമായ ജലത്തിൽ ഒറ്റയ്ക്കിറങ്ങാൻ രാജ്ഞി താല്പര്യം കാട്ടിയപ്പോൾ രാജാവ് അതിനനുവദിച്ചു. ഏറെനേരം കഴിഞ്ഞിട്ടും പൊയ്കയിൽ നിന്നും മടങ്ങി വരാത്ത പ്രിയതമയെത്തേടി പരീക്ഷിത്ത് പൊയ്കയുടെ കരയിലെത്തി. രാജ്ഞിയെ അവിടെയെങ്ങും കണ്ടില്ല. രാജാവ് വളരെയേറെ പരിഭ്രമിച്ചു. സേവകരെ വിളിച്ച് പൊയ്കയിലെ ജലം മുഴുവൻ വറ്റിച്ചിട്ടും അദ്ദേഹത്തിന് തന്റെ പ്രിയതമയെ കണ്ടെത്താനായില്ല. പൊയ്കയിൽ വലിയൊരു തവളയുണ്ടായിരുന്നു. അസാമാന്യ വലിപ്പമുള്ള ഈ തവള തന്റെ പ്രിയതമയെ ഭക്ഷിച്ചിരിക്കും എന്നു ധരിച്ച പരീക്ഷിത്ത് രാജ്യത്തെ മുഴുവൻ തവളകളെയും കൊന്നൊടുക്കുവാൻ കല്പന പുറപ്പെടുവിച്ചു. രാജഭടന്മാർ തവളകളെ കൊന്നൊടുക്കിക്കൊണ്ടിരുന്നു. തവളകളെ അഥവാ മണ്ഡൂകങ്ങളെ വംശനാശത്തിൽ നിന്നും രക്ഷിക്കുവാൻ മണ്ഡൂകരാജൻ പരീക്ഷിത്തിനെ വന്നുകണ്ടു. താങ്കളുടെ രാജ്ഞി എന്റെ മകളാണ്. സുശോഭന എന്നാണവളുടെ പേര്. അവൾ ഇത്തരത്തിൽ പല രാജാക്കന്മാരെയും കബളിപ്പിച്ചിട്ടുണ്ട്. അവിടുന്ന് അവളെ മറക്കുകയും മണ്ഡൂക സംഹാരം അവസാനിപ്പിക്കുകയും ചെയ്യണം. രാജാവ് സുശോഭനയെ മറക്കാൻ തയ്യാറല്ലായിരുന്നു. തന്റെ മണ്ഡൂകപ്രജകളിലാരെയും മേലിൽ ഉപദ്രവിക്കില്ലായെന്ന് ഉറപ്പ് നല്കിയാൽ സുശോഭനയെ വിവാഹം ചെയ്തുകൊടുക്കാമെന്ന് മണ്ഡൂകരാജൻ പറഞ്ഞു. പരീക്ഷിത്ത് അപ്രകാരം ചെയ്ത് പ്രിയതമയെ വീണ്ടെടുത്തു.

പിതാവിനോടുള്ള സ്നേഹം നിമിത്തം സർപ്പങ്ങളെ കൊന്നൊടുക്കിയ പരീക്ഷിത്തിന്റെ മകൻ ജനമേജയന്റെ പ്രതികാരകഥ (ശ്രീമദ് ഭാഗവതം പ്രഥമ സ്കന്ധം- അധ്യായം 8) ഏറെ ചർച്ചചെയ്യപ്പെട്ടു. എന്നാൽ പ്രിയതമയോടുള്ള സ്നേഹം നിമിത്തം രാജ്യത്തെ സമസ്ത മണ്ഡൂകങ്ങളേയും കൊന്നൊടുക്കാനൊരുങ്ങിയ പരീക്ഷിത്തിന്റെ കാര്യം ഏറെ ചർച്ച ചെയ്യപ്പെട്ടിട്ടില്ല. വംശഹത്യ പോലുള്ള പ്രാകൃതവും ഭീകരവുമായ കൃത്യങ്ങൾ ചെയ്യാൻ പ്രേരിപ്പിക്കുന്ന അധമ സംസ്കാരം തലമുറകളിലേക്ക് കൈമാറ്റം ചെയ്യപ്പെടുന്നുവെന്ന കാര്യം ശ്രദ്ധിക്കപ്പെടേണ്ടതാണ്. ആധുനിക കാലവും ഈ ദുഷിച്ച പ്രവണതയിൽ നിന്നും മുക്തമല്ലല്ലോ?

പിന്നീട് മണ്ഡൂകരാജൻ തന്റെ പുത്രി സുശോഭനയും പരീക്ഷിത്തും തമ്മിലുള്ള വിവാഹം മനസ്സില്ലാമനസ്സോടെ നടത്തികൊടുത്തു. വാസ്തവത്തിൽ അദ്ദേഹം പരീക്ഷിത്തിന്റെ പിടിവാശിക്കുമുൻപിൽ തോറ്റുകൊടുക്കുകയായിരുന്നു. പക്വമതിയല്ലാത്ത തന്റെ മകളുടെ ദാമ്പത്യജീവിതം വിജയകരമാകുമോയെന്ന് അദ്ദേഹത്തിന് സംശയമുണ്ടായിരുന്നു. അവൾക്കുണ്ടാകുന്ന മക്കൾ ബ്രാഹ്മണരേയും മുനിമാരെയും മാനിക്കാത്തവരും എടുത്തുചാട്ടക്കാരും ആകുമെന്ന് അദ്ദേഹം ഭയപ്പെട്ടു.

കാലാന്തരത്തിൽ പരീക്ഷിത്ത് രാജാവിന് സുശോഭനയിൽ മൂന്ന് പുത്രന്മാർ ജനിച്ചു-ശലൻ, ദലൻ, ഖലൻ. മണ്ഡൂകരാജൻ ഭയപ്പെട്ടതുപോലെ പരീക്ഷിത്തിന്റെ മൃഗയാതല്പരതയും ഹിംസാഭാവവും സുശോഭനയുടെ ചാഞ്ചാട്ടവും എടുത്തുചാട്ടവും പിൻ തലമുറയിലേക്ക് കൈമാറ്റം ചെയ്യപ്പെട്ടു. ശലൻ ഒരിക്കൽ നായാട്ടിന് പോയി. ഒരു മാനിനെ ഏറെദൂരം പിന്തുടർന്നിട്ടും അയാൾക്കതിനെ പിടിക്കാൻ കഴിഞ്ഞില്ല. ഇതിൽ ശലന് കടുത്ത ക്രോധവും നിരാശയും ഉണ്ടായി. അയാൾ തന്റെ സാരഥിയോട് തട്ടിക്കയറി. നമ്മൾ ഉപയോഗിക്കുന്ന മാതിരിയുള്ള സാധാരണ കുതിരകൾക്ക് ഇത്തരം മാനുകൾക്കൊപ്പം ഓടിയെത്തുവാനാകില്ല. എത്ര വേഗത്തിൽ പായുന്ന മാനുകളേയും പിന്തുടരാൻ ശേഷിയുള്ള രണ്ട് കുതിരകൾ വാമദേവമഹർഷിയുടെ പക്കലുണ്ട്. വാമ്യന്മാർ എന്നറിയപ്പെടുന്ന ആ കുതിരകളെ സ്വന്തമാക്കിയാൽ പിന്നെ ഏത് മാനുകളേയും നമുക്ക് വേട്ടയാടുവാൻ കഴിയും. നമ്മുടെ മനസ്സാഗ്രഹിക്കുന്ന വേഗതയിൽ അവർക്ക് സഞ്ചരിക്കുവാനാകും. സാരഥിയുടെ ഉപദേശമനുസരിച്ച് ശലൻ വാമദേവമുനിയെക്കണ്ട് സഹായം അഭ്യർഥിച്ചു. മാനിനെ വേട്ടയാടിയതിനു ശേഷം വാമ്യന്മാരെ മടക്കി നല്കണമെന്നു പറഞ്ഞ് മുനി കുതിരകളെ ശലന് നല്കി. നായാട്ട് പുനരാരംഭിച്ച ശലൻ മുമ്പ് ആഗ്രഹിച്ചതുപോലെയുള്ള മാനുകളെ പിടിച്ചു. നായാട്ട് കഴിഞ്ഞ് കുതിരയെ മടക്കി നൽകുന്ന കാര്യം പറഞ്ഞ സാരഥിയോട് 'ബ്രാഹ്മണന് കുതിരയെന്തിന്' എന്ന് ചോദിച്ച ശലൻ കുതിരകളെ ഉടമസ്ഥന് തിരിച്ച് നല്കിയില്ല. ഒരു മാസം കഴിഞ്ഞ് വാമദേവ മഹർഷി ഒരു ശിഷ്യനെ ശലന്റെ അടുത്തേക്കയച്ച് കുതിരകളെ മടക്കി നല്കാൻ ആവശ്യപ്പെട്ടു. അതുകൊണ്ട് പ്രയോജനം ഉണ്ടാകാത്തതു കൊണ്ട് മഹർഷി നേരിട്ട് ശലനെ സമീപിച്ചു. "ബ്രാഹ്മണനായ താങ്കൾക്ക് ഇത്തരം കുതിരകൾ ആവശ്യമില്ല. കാളയേയോ, കഴുതകളെയോ അതുമല്ലെങ്കിൽ സാധാരണ കുതിരകളെയോ വേണമെങ്കിൽ തരാമെന്ന" ധിക്കാരപരമായ മറുപടിയാണ് ശലൻ മഹർഷിക്ക് നല്കിയത്. വാമദേവന് ക്രോധം അടക്കാനായില്ല. അദ്ദേഹത്തിന്റെ ക്രോധത്തിൽ നിന്നും പിറന്ന അസുരന്മാർ ശലനെ നിഗ്രഹിച്ചു.

ശലന്റെ മരണത്തെ തുടർന്ന് ദലൻ രാജാവായി. മഹർഷി ദലനെ സമീപിച്ചു. ദലനും വാമ്യന്മാരെ തിരിച്ചു നല്കാൻ തയ്യാറല്ലായിരുന്നു. മാത്ര മല്ല, വിഷം പുരട്ടിയ അമ്പയച്ച് വാമദേവമഹർഷിയെ കൊല്ലുവാൻ ഉത്തരവിടുകയും ചെയ്തു. വാമദേവമഹർഷി തനിക്കു നേരെ വന്ന ശരത്തെ ദിശ തിരിച്ചു വിട്ടു. ആ ശരം അന്ത:പുരത്തിൽ ഉറങ്ങിയിരുന്ന ശ്യേനജിത്ത് എന്ന ദലന്റെ പത്തുവയസ്സുകാരനായ കുമാരന് ഏറ്റു. ക്രുദ്ധ നായ ദലൻ മഹർഷിക്ക് നേരെ മറ്റൊരു അമ്പ് തൊടുത്തു. പക്ഷേ, എത്ര ശ്രമിച്ചിട്ടും മഹർഷിക്കു നേരെ അമ്പ് അയക്കാൻ ദലന് കഴിഞ്ഞില്ല. തന്റെ കഴിവുകേടോർത്ത് ലജ്ജിതനായ ദലൻ മഹർഷിയോട് മാപ്പി രക്കുകയും വാമ്യന്മാരെ മഹർഷിക്ക് മടക്കി നല്കുകയും ചെയ്തു. പുത്രദു:ഖ ത്താൽ വലഞ്ഞ രാജ്ഞി ദലനോടൊപ്പം വാമദേവമുനിയെ ശരണം പ്രാപിച്ചു. ബന്ധുക്കളോടൊപ്പം സുഖമായി കഴിയാൻ ഇടവരട്ടെയെന്ന് മഹർഷി അവരെ അനുഗ്രഹിച്ചു.

പരീക്ഷിത്തിൽ നിന്നും അശുഭകരമായ ചിന്തകളും അപക്വമായ തീരുമാനങ്ങളും ഉണ്ടായത് മൃഗയാവിനോദ വേളകളിലാണ്. നായാട്ടിന് പോയ നേരത്താണല്ലോ ദശരഥനും പാണ്ഡുവിനും വിനാശകരമായ ചിന്തകളുണ്ടായത്. ദുഷ്ടമൃഗങ്ങളെ വേട്ടയാടാൻ പോകുന്ന രാജാക്കന്മാർ പലപ്പോഴും ദുഷ്ട ചിന്തകളാൽ വേട്ടയാടപ്പെട്ടതായിക്കാണാം. പരീക്ഷി ത്തും മക്കളായ ശലനും ദലനും ഇക്കാര്യം അടിവരയിട്ട് പറയുന്നു. പെട്ടെ ന്നുള്ള വികാരം കൊണ്ട് മണ്ഡൂകവംശത്തെ ആകെ നശിപ്പിക്കാൻ ഉത്തരവിട്ടയാളാണ് പരീക്ഷിത്ത്.

നായാട്ടിന് പോയ പരീക്ഷിത്ത് ദാഹം കൊണ്ട് വലഞ്ഞപ്പോൾ ശമീകൻ എന്ന മഹർഷിയുടെ ആശ്രമത്തിൽ കയറി ജലം ചോദിച്ചു. മൗനവ്രതം പാലിച്ചുകൊണ്ട് ധ്യാനത്തിലായിരുന്ന മുനി രാജാവിന്റെ ആവശ്യം നിറവേറ്റിയില്ല. മുനിയുടെ അവഗണന കണ്ട് ക്രോധിച്ച രാജാവ് ഒരു ചത്തപാമ്പിനെ തോണ്ടിയെടുത്ത് ശമീകമുനിയുടെ കഴു ത്തിലിട്ടു. മുനി ഇതൊന്നും അറിഞ്ഞില്ല. പരീക്ഷിത്ത് ആശ്രമം വിട്ടുപോ തിനുശേഷം അവിടെയെത്തിയ മുനി പുത്രൻ ശൃംഗി തന്റെ പിതാവിനെ ഇത്തരത്തിൽ അപമാനിച്ചവൻ ആരായാലും അവൻ ഇന്നേക്ക് ഏഴാംദിവസം തക്ഷകദംശനമേറ്റ് മരിക്കുമെന്ന് ശപിച്ചു. പരീക്ഷിത്ത് രാജാവാണ് ശാപഗ്രസ്തനായിരിക്കുന്നതെന്ന് മനസ്സിലാക്കിയ ശൃംഗി ശാപവിവരം രാജാവിനെ അറിയിച്ചു.

ശാപത്തിൽ നിന്ന് രക്ഷപ്പെടാനുള്ള പരീക്ഷിത്തിന്റെ ശ്രമ ങ്ങളെല്ലാം പരാജയപ്പെട്ടു. പരീക്ഷിത്ത് തന്റെ വിധിക്ക് കീഴടങ്ങി. തക്ഷകൻ കാരണം തന്റെ പിതാവ് കൊല്ലപ്പെട്ടതിനാൽ ജനമേജയന്

സർപ്പകുലത്തോടു തന്നെ ശത്രുതയായി. സർപ്പങ്ങൾക്ക് വംശനാശം വരുത്തുകയെന്ന ഉദ്ദേശ്യത്തോടെ ജനമേജയൻ ഒരു നാഗയജ്ഞം നടത്തി. ശ്രേഷ്ഠരായ ധാരാളം മുനിമാർ ഈ സർപ്പസത്രത്തിൽ പങ്കെടുത്തു. അവർ നിരവധി സർപ്പങ്ങളെ മന്ത്രം കൊണ്ടാവാഹിച്ച് യജ്ഞത്തിൽ ആഹുതി ചെയ്യിച്ചു. എന്നാൽ പരീക്ഷിത്തിന്റെ ഘാതകനായ തക്ഷകൻ ഇന്ദ്രനെ അഭയം പ്രാപിച്ചിരുന്നതു കൊണ്ട് അവരുടെ പിടിയിലമർന്നില്ല. ജനമേജയൻ ക്രുദ്ധനായി ഇന്ദ്രനെയും തക്ഷകനെയും ആവാഹിക്കാൻ ബ്രാഹ്മണർക്ക് ഉത്തരവ് കൊടുത്തു. ഇന്ദ്രനും തക്ഷകനും മന്ത്രബദ്ധരാകുമെന്ന ഘട്ടത്തിൽ ബൃഹസ്പതി ഇടപെട്ടു. നാഗയജ്ഞം ഉടനടി അവസാനിപ്പിക്കണമെന്ന് അദ്ദേഹം ജനമേജയനോട് ആവശ്യപ്പെട്ടു. സർപ്പവംശത്തിൽ പിറവിയെടുത്തു പോയവരെയെല്ലാം വിവേചനരഹിതമായി ക്രൂരമായി ഹിംസിക്കുന്ന പ്രാകൃതവും പൈശാചികവുമായ കർമ്മത്തെ യജ്ഞമായിക്കാണാൻ കഴിയില്ലായെന്ന് ബൃഹസ്പതി പറഞ്ഞു. ജനനത്തിനും മരണത്തിനും കാരണങ്ങൾ ഉണ്ട്. കർമ്മഫലം അനുഭവിക്കുക തന്നെ വേണം. അതിന്റെപേരിൽ വികാരം കൊണ്ടിട്ട് കാര്യമില്ല. ഒരു മരണത്തിന് പകരംവീട്ടാൻ ഒരു വംശത്തെ മുഴുവൻ നശിപ്പിക്കാൻ ആർക്കാണവകാശം. നിരപരാധികളെ ക്രൂരമായി കൂട്ടകൊല ചെയ്ത താങ്കളുടെ കൊടിയ പാപങ്ങൾക്ക് എന്ത് പരിഹാരമാണുള്ളത്? അവസാനം ഹിംസയെന്നത് പരമ്പരാഗതമായി ഏറ്റുനടത്തേണ്ട പുണ്യവൃത്തിയല്ലായെന്ന് ബൃഹസ്പതി പറഞ്ഞത് മാനിച്ചു കൊണ്ട് ജനമേജയൻ യജ്ഞം നിർത്തി വച്ചു.

ഭൂലോകത്തെ അറിയുന്നവർ

നാരദരെപ്പറ്റി പരാമർശിക്കാതെ ഒരു പുരാണകഥ അവതരിപ്പിക്കാൻ ബുദ്ധിമുട്ടായിരിക്കും. ചുക്കില്ലാതെ കഷായമില്ലായെന്നു പറയുമ്പോലെ നാരദരില്ലാതെയുള്ള പുരാണകഥയും ഇല്ലായെന്ന് പറയാം. പല കഥകളും സൃഷ്ടിക്കുന്ന നാരദർ തന്നെ അതിൽ നിർണ്ണായകമായ വഴിത്തിരിവ് ഉണ്ടാക്കുകയും ചെയ്യും. ഇദ്ദേഹം പലരേയും പരീക്ഷിക്കും, പലരേയും പരീക്ഷിക്കുവാൻ അവസരം ഒരുക്കികൊടുക്കും. രാവണന്റെ അഹങ്കാരം ശമിപ്പിക്കാനായി അദ്ദേഹത്തെ ബാലിയുടെ അടുത്തെത്തിച്ചത് കലഹപ്രിയനായ നാരദരായിരുന്നു. ബാലിയും ഹനുമാനുമായി ശത്രുതയുണ്ടാക്കിയത് നാരദരായിരുന്നു. യുദ്ധ കൊതിയനായ മായാവി എന്ന അസുരനെ ബാലിയുടെ അടുത്തേക്ക് പറഞ്ഞയച്ച് അയാളെ ഇല്ലാതാക്കിയതും നാരദർ തന്നെ ആയിരുന്നു. രാജ്യാഭിഷേകത്തിന്റെ തലേദിവസം ശ്രീരാമനെ അവതാരലക്ഷ്യമെന്തെന്ന് ഓർമ്മിപ്പിക്കാൻ നാരദരെത്തിയിരുന്നു. ശ്രീരാമൻ വിഷ്ണുവിന്റെ അവതാരമാണെന്ന് പലർക്കും പറഞ്ഞുകൊടുത്തത് നാരദരായിരുന്നു. ശ്രീരാമൻ അയോധ്യാധിപതി ആയിരിക്കെ നാട്ടിൽ ശിശുമരണമുണ്ടാകാൻ കാരണം ദണ്ഡകാരണ്യത്തിൽ തലകീഴായി നിന്ന് തപസ്സ ചെയ്യുന്ന ശംബൂകൻ എന്ന ശൂദ്ര മഹർഷി ആണെന്ന് രാമനെ ധരിപ്പിച്ച് അയാൾക്ക് മോക്ഷപ്രാപ്തി നേടി കൊടുത്തത് നാരദരായിരുന്നു. വിഷ്ണുലോകത്തും ബ്രഹ്മലോകത്തും കൈലാസത്തിലും യഥേഷ്ടം പ്രവേശനാനുമതി ഉണ്ടായിരുന്ന ബ്രഹ്മർഷി നാരദർ ദേവനും അസുരനും മനുഷ്യനുമൊക്കെ ഒരുപോലെ സ്വീകാര്യനായിരുന്നു. അന്ന് ത്രിലോകങ്ങളിൽ വാർത്താവിതരണ പ്രക്ഷേപണ കാര്യം നാരദരാണ് നിർവഹിച്ചത്. ശിശുവായിരിക്കെ ശംബരാസുരനാൽ അപഹരിക്കപ്പെട്ട ശ്രീകൃഷ്ണപുത്രനായ പ്രദ്യുമ്നൻ യുവാവായി തീർന്നപ്പോൾ

മായാവതിയെന്ന അസുരസ്ത്രീയോടൊപ്പം ദ്വാരകയിലെത്തി കൃഷ്ണനേയും രുഗ്മിണിയേയും കണ്ടു. ഈ കൂടിക്കാഴ്ചക്ക് കളമൊരുക്കിയതും വേണ്ട ഒത്താശകൾ ചെയ്തുകൊടുത്തതും നാരദരായിരുന്നു. ദേവകിയുടെ ആറ് മക്കളെ വധിക്കാൻ കംസനെ പ്രേരിപ്പിച്ചതും നാരദരായിരുന്നു. സ്ത്രീ കാരണം കലഹിച്ച് മരിച്ച ശുംഭ-നികുംഭന്മാരുടെ കഥ പറഞ്ഞ് പാഞ്ചാലിക്ക് ഭർത്താക്കന്മാരുടെ ഊഴം നിശ്ചയിച്ച് കൊടുത്തത് നാരദരായിരുന്നു. ഇങ്ങനെ ദേവോപകാരപ്രദവും മനുഷ്യോപകാരപ്രദവുമായ കാര്യങ്ങൾ ചെയ്യുവാൻ മൂന്ന് ലോകങ്ങളിൽ ഉഴറി നടന്ന നാരദരും ശാപഗ്രസ്തനായിരുന്നുവേത്ര!

ബ്രഹ്മാവിന്റെ കോപത്തിൽ നിന്ന് രുദ്രനും മടിത്തട്ടിൽ നിന്ന് സൗമ്യനായ നാരദരും വലത് തള്ളവിരലിൽ നിന്ന് ദക്ഷനും ഇടതു തള്ളവിരലിൽ നിന്ന് വീരണിയെന്നൊരു മകളും പിറന്നു. വീരണിക്ക് ഒരു വിളിപ്പേരുണ്ടായിരുന്നു-അസിക്കിനി. ദക്ഷൻ വിന്ധ്യാചലത്തിൽ തപസ് ചെയ്തു. വിഷ്ണുദേവൻ പ്രത്യക്ഷനായി ദക്ഷന് വരം നല്കി. വിഷ്ണുവിന്റെയും ബ്രഹ്മാവിന്റെയും നിർദ്ദേശം മാനിച്ച് ദക്ഷൻ വീരണിയെ വിവാഹം കഴിച്ചു. സൃഷ്ടിയുടെ നൈരന്തര്യം കാത്തുസൂക്ഷിക്കുകയെന്ന പിതാവിന്റെ കർമ്മത്തിൽ പങ്കാളിയാകുവാൻ ഇരുവരും ദക്ഷനോടാവശ്യപ്പെട്ടു. വിവാഹിതനായി ഏറെ നാളായിട്ടും ദക്ഷൻ സൃഷ്ടി കാര്യങ്ങളിൽ താല്പര്യം കാട്ടാതിരുന്നതു കൊണ്ട് ബ്രഹ്മാവ് മകനെ വിളിച്ച് ഉപദേശിച്ചു. പ്രജാപതിയായ ദക്ഷൻ ഭാവങ്ങളിൽ നിന്ന് പ്രജകളെ സൃഷ്ടിക്കുവാൻ തുടങ്ങി. ഗാനം ആലപിച്ചുകൊണ്ടാണ് ഗന്ധവർന്മാരെയും കിന്നരന്മാരെയും സൃഷ്ടിച്ചത്. വിശന്നിരുന്നപ്പോഴാണ് യക്ഷന്മാരെ സൃഷ്ടിച്ചത്. തുടർന്ന് ദക്ഷന് വീരണിയിൽ മക്കളുണ്ടായി. ദക്ഷപ്രജാപതിയുടെ ഈ മക്കൾ ഹര്യശ്വന്മാർ എന്നറിയപ്പെട്ടു. പ്രജാപതിയുടെ മക്കളായ തങ്ങൾക്കും പ്രജകളെ ജനിപ്പിക്കാൻ അവകാശമുണ്ടെന്നവർ കരുതി. എന്നാൽ നല്ല ശീലങ്ങൾ കുറവായ ഇവരിൽ നിന്നും ശ്രേഷ്ഠരായ പ്രജകൾ ജനിക്കാനിടയില്ലെന്ന് ബ്രഹ്മാവിന് തോന്നി. ബ്രഹ്മഹിതം മനസ്സിലാക്കിയ നാരദർ ഹര്യശ്വന്മാരെ സൃഷ്ടിയിൽ നിന്ന് പിന്തിരിപ്പിക്കാൻ ശ്രമിച്ചു. "ഞങ്ങൾ പ്രജകളെ സൃഷ്ടിച്ച് ബ്രഹ്മ പദവിയിലെത്താൻ പോകുന്നു." ഹര്യശ്വന്മാർ നാരദരോട് പറഞ്ഞു. അവരുടെ അഹംഭാവം മുറ്റി നിന്ന വാക്കുകൾ കേട്ട നാരദർ പറഞ്ഞു-"സ്രഷ്ടാവ് എല്ലാമറിയുന്നവനാണ്. നിങ്ങൾ സൃഷ്ടി ചെയ്യുന്നുവെങ്കിൽ ഭൂമിയെപ്പറ്റി എല്ലാമറിയണം. ഭൂമിയുടെ ആദിമദ്ധ്യാന്തത്തെ അറിയണം." ദേവർഷി അല്പം കാത്തിരിക്കൂ. എല്ലാമറിഞ്ഞിട്ട് ഞങ്ങളുടൻ തിരിച്ചെത്തും. എന്നു പറഞ്ഞവർ ഭൂമിയെ അറിയുവാനായി പുറപ്പെട്ടു. എന്നാൽ പിന്നീടവർ

മടങ്ങി വന്നില്ല. ദക്ഷൻ ഏറെക്കാലം അവരെ അന്വേഷിച്ചെങ്കിലും പ്രയോജനമുണ്ടായില്ല. പിന്നീട് ദക്ഷന് വീരണിയിൽ ആയിരം പുത്രന്മാർ ജനിച്ചു. ഇവർ ശബലാശ്വന്മാർ എന്നറിയപ്പെട്ടു. പിതാവിന്റെ നിർദ്ദേശമനുസരിച്ച് അവർ മനസ്സുകൊണ്ട് സൃഷ്ടി ചെയ്യുവാനൊരുങ്ങി. സൃഷ്ടിയെ പിന്താങ്ങുന്ന ഭൂമിയെ പൂർണ്ണമായറിഞ്ഞാലെ സൃഷ്ടികർത്താവാകാൻ നിങ്ങൾക്കർഹത കൈവരികയുള്ളുവെന്ന് നാരദർ ശബലാശ്വന്മാരോട് പറഞ്ഞു. ഭൂമിയെ അറിയാൻ ഇറങ്ങി പറപ്പെട്ട അവരും തങ്ങളുടെ ദൗത്യത്തിൽ പരാജയപ്പെട്ടതു കൊണ്ട് ഭൂമിയിൽ നിന്നും മടങ്ങിവന്നില്ല. തന്റെ സൃഷ്ടികളെല്ലാം കൈവിട്ടുപോയതിന്റെ കാരണം തിരക്കിയ ദക്ഷൻ നാരദരാണെല്ലാത്തിനും കാരണക്കാരൻ എന്നു കണ്ടെത്തി. ദക്ഷൻ നാരദരെ ശപിച്ചു. ഒരിടത്തും ഉറക്കാതെ നിനക്ക് നിരന്തരം അലഞ്ഞു തിരിയേണ്ടി വരട്ടെ. നാരദർ ആ ശാപത്തെ വരമാക്കി മാറ്റി. മൂന്ന് ലോകത്തെയും വാർത്താവിനിമയ ചുമതല അദ്ദേഹം സ്വയം ഏറ്റെടുത്തു. നാരദർക്ക് ആരും എങ്ങും പ്രവേശനം നിഷേധിച്ചിരുന്നില്ല. നിരന്തര യാത്രകൾ കൊണ്ട് അദ്ദേഹം വലിയ അറിവും അനുഭവസമ്പത്തും നേടി. പലർക്കും അജ്ഞാതമായ ഭൂമിയെപ്പറ്റി, അവിടുത്തെ മനുഷ്യരെപ്പറ്റി എല്ലാമറിഞ്ഞ ബ്രഹ്മർഷി നാരദർ സർവ്വാദരണീയനായിത്തീർന്നു.

ദേവകിയുടെ മക്കൾ

ദേവകിയ്ക്ക് തന്റെ മക്കളായ കൃഷ്ണനും ബലരാമനും അസാധാരണ സിദ്ധികൾ ഉള്ളവരാണെന്ന് ബോദ്ധ്യപ്പെട്ടു. ഒരു ദിവസം മക്കളിരുവരും കൂടി അടുത്തു വന്നപ്പോൾ ദേവകി അവരോടൊരു വരം ചോദിച്ചു. നിങ്ങളുടെ അമ്മാവൻ കംസന്റെ കൈകളാൽ വധിക്കപ്പെട്ട എന്റെ മക്കളെ എനിക്കൊന്ന് കൺകുളിർക്കെ കാണണം. നിങ്ങൾ അതിനെനിക്ക് അവസരം ഉണ്ടാക്കിത്തരണം. ജ്യേഷ്ഠന്മാരെക്കാണുന്നത് നിങ്ങൾക്കും സന്തോഷമുള്ള കാര്യമായിരിക്കുമല്ലോ? എളുപ്പമുള്ള കാര്യമല്ലെങ്കിലും അമ്മയുടെ മോഹം സഫലമാക്കുവാനായി മക്കളിരുവരും ഇറങ്ങിപ്പുറപ്പെട്ടു. യോഗമായാദേവിയുടെ സഹായത്തോടെ ഇരുവരും സുതലത്തിലെത്തി. സുതലം ഭരിക്കുന്നത് മഹാബലി ചക്രവർത്തിയാണ്. അദ്ദേഹം ശ്രീകൃഷ്ണനേയും ബലരാമനേയും ആദരവോടെ എതിരേറ്റ് സല്ക്കരിച്ചു. കുശല പ്രശ്നങ്ങൾക്ക് ശേഷം ശ്രീകൃഷ്ണൻ മഹാബലിയുടെ മുൻപാകെ വിഷയം അവതരിപ്പിച്ചു.

ബ്രഹ്മപുത്രനും സപ്തർഷികളിൽ ഒരാളുമായ മരീചി സ്വയംഭൂ മന്വന്തരത്തിൽ പ്രജാപതി ആയിരുന്നു. അദ്ദേഹത്തിന്റെ ഭാര്യയായ ഊർണ്ണാ ആറ് ആൺമക്കൾക്ക് ജന്മം നല്കി. അവർക്ക് ദേവ പദവി കൈ വന്നിരുന്നു. ബ്രഹ്മാവ് സരസ്വതിയുമായി ദാമ്പത്യബന്ധം പുലർത്തിയത് ഇവർക്ക് തീരെ ഇഷ്ടമായില്ല. അവർ തങ്ങളുടെ മുത്തച്ഛനായ ബ്രഹ്മാവിനെ കണക്കറ്റ് പരിഹസിച്ചു. ക്രൂരമായ പരിഹാസം നേരിടേണ്ടി വന്ന ബ്രഹ്മാവ് ഇവരെ ശപിച്ചു- “ദേവന്മാർക്ക് അനുചിതമായ കാര്യം ചെയ്ത നിങ്ങൾ ആറുപേരും അസുര രാജാവായ ഹിരണ്യകശിപുവിന്റെ സന്തതികളാവട്ടെ. അങ്ങനെ ഹിരണ്യകശിപുവിന് ജനിച്ച ആറുമക്കളിലോരോരുത്തരേയും യോഗമായാദേവി ദേവകിയുടെ ഗർഭത്തിലേക്കാവാഹിച്ചു. അവർ ഓരോരുത്തരും ജനിച്ച ഉടൻ തന്നെ കംസനാൽ

വധിക്കപ്പെട്ടു. അങ്ങനെ വധിക്കപ്പെട്ട അവർ ആറുപേരും താങ്കളുടെ അധീനതയിലാണെന്നറിയുന്നു. മാതാദേവകി അവരുടെ ദർശനത്തിനായി ആർത്തിയോടെ കാത്തിരിക്കുകയാണ്. അതുകൊണ്ട് മക്കളുടെ ദർശനത്തിനായി കൊതിക്കുന്ന മാതാവിനെ തൃപ്തിപ്പെടുത്തുവാൻ ഞങ്ങളോടൊപ്പം ഞങ്ങളുടെ ആറ് സഹോദരന്മാരെക്കൂടി അയക്കണമെന്ന് താങ്കളോട് അഭ്യർഥിക്കുന്നു. ശ്രീകൃഷ്ണന്റെ ആവശ്യം മഹാബലി സന്തോഷത്തോടു കൂടി അംഗീകരിച്ചു. മഹാബലിയോട് വിട ചൊല്ലിയ ശ്രീകൃഷ്ണനും സഹോദരൻമാരും സുതലത്തിൽ നിന്നും ഭൂമിയിലേക്ക് തിരിച്ചു. ജനിച്ച ഉടനെ തന്നെ അമ്മയെ വിട്ടുപോയ ആറുമക്കൾക്കും അമ്മയെ ഒരു നോക്കുകാണുവാൻ മോഹമുണ്ടായിരുന്നു. അങ്ങനെ എട്ടു പുത്രന്മാരെയും ഒരുമിച്ചുകാണുവാനുള്ള സൗഭാഗ്യം ദേവകിക്കുണ്ടായി. പുത്രസ്നേഹത്താൽ തരളിതയായ ദേവകി പാൽ ചുരത്തി. ദേവകിയുടെ വാത്സല്യ ദുഗ്ധം നുകർന്നവർ ധന്യരായി. അമ്മയുടെ സ്നേഹവും സഹോദരനായ ശ്രീകൃഷ്ണന്റെ പുണ്യസ്പർശവും നിമിത്തം ആറു മക്കളും ശാപമുക്തരായി. അവർ ദേവലോകം പൂകി.

അവലംബം- ശ്രീമദ്ഭാഗവതം. വിഷ്ണുപുരാണം-5/14

സാത്വികൻ

അയോദ്ധ്യാധിപതി ശ്രീരാമൻ നടത്തിയ അശ്വമേധയാഗത്തിൽ വടക്കൻ ദിശയിലേക്ക് യാഗാശ്വത്തെ നയിച്ചത് ഭരതനായിരുന്നു. ആറുമാസത്തെ യാത്രക്കു ശേഷം അശ്വം ഭാരതദേശത്തിന്റെ അതിർത്തിയിലുള്ള ഹേമകൂടത്തിലെത്തിച്ചേർന്നു. ആ പർവതത്തിൽ അതിമനോഹരമായ ഒരു ഉദ്യാനമുണ്ടായിരുന്നു. ഉദ്യാനത്തിലെത്തിയതോടെ അശ്വം സ്തംഭിച്ചുപോയി. ശത്രുഘ്നൻ സൈനികരുടെ സഹായത്തോടെ കുതിരയുടെ ഉറച്ചുപോയ കാലുകൾ പിടിച്ചുയർത്താൻ നോക്കിയെങ്കിലും അവരുടെ ശ്രമം പരാജയപ്പെട്ടു. ഇതുകണ്ട കരുത്തനായ ഹനുമാൻ തന്റെ വാലുകൊണ്ട് ചുറ്റിവലിച്ച് യാഗാശ്വത്തെ ഉയർത്തിയെടുക്കാൻ ശ്രമിച്ചു. ദ്രോണപർവതം വാൽകൊണ്ട് പറിച്ചെടുത്തവനായിട്ടും ഹനുമാന് അശ്വത്തെ ഉയർത്തിയെടുക്കാൻ കഴിഞ്ഞില്ല. രാമകാര്യത്തിന് വിഘ്നമുണ്ടാകുന്നല്ലോയെന്ന ചിന്ത അവരെ അലട്ടി. ശക്തികൊണ്ട് കാര്യസാദ്ധ്യം ഉണ്ടാവില്ലായെന്ന് ബോധ്യപ്പെട്ട ശത്രുഘ്നൻ തങ്ങളുടെ മന്ത്രിയായ സുമതിയുമായി വിഷയം ചർച്ച ചെയ്തു. ഇക്കാര്യത്തിൽ ഒരു ശ്രേഷ്ഠ തപസ്വിയുടെ ഉപദേശം തേടാൻ അവർ തീരുമാനിച്ചു. ഭരതനും ശത്രുഘ്നനും സംഘവും അവസാനം ശൗനകൻ എന്ന മുനിയുടെ ആശ്രമത്തിലെത്തി. അവർ മുനിയുടെ മുമ്പാകെ തങ്ങളുടെ പ്രശ്നം അവതരിപ്പിച്ചു. കുറച്ചു നേരം ധ്യാനിച്ചിരുന്ന ശൗനക മഹർഷിക്ക് കാര്യം പിടികിട്ടി.

കാവേരി നദിയുടെ തീരത്തുള്ള ഗൗഡദേശത്ത് സാത്വികനായ ഒരു ബ്രാഹ്മണൻ തപസ്സ് ചെയ്തിരുന്നു. കഠിനതപസ്സ് അനുഷ്ഠിച്ചു കൊണ്ടിരിക്കെ ബ്രാഹ്മണൻ സമാധിയായി. സ്വർഗ്ഗത്തിൽ നിന്നയച്ച വാഹനത്തിലേറി ഇദ്ദേഹം മേരുപർവതത്തിലെ പുണ്യനദിയായ ജംബു നദിയുടെ തീരത്ത് എത്തി. അവിടെ വേറെയും സന്യാസിമാരുണ്ടായിരുന്നു.

അവരോടൊപ്പം സാത്വികനും സ്വർഗ്ഗീയമായ അനുഭൂതികൾ നുകർന്ന് കഴിഞ്ഞു വന്നു. അപ്സരസുകളുടെ വിഹാരകേന്ദ്രം കൂടിയായ ജംബു നദിയുടെ തീരത്ത് സർവസുഖസൗകര്യങ്ങളും ലഭ്യമായിരുന്നു. അതൊക്കെ അനുഭവിച്ച് കുറെ നാൾ കഴിഞ്ഞപ്പോൾ സാത്വികന്റെ മനസ്സിൽ അഹംഭാവം മൊട്ടിട്ടു. പിന്നീട് മറ്റ് മഹർഷിമാരുടെ അപ്രീതിക്ക് പാത്രമായ സാത്വികൻ അവരുടെ ശാപമേറ്റ് ഒരു രാക്ഷസനായി മാറി. ശാപമോക്ഷത്തിനായി അപേക്ഷിച്ച സാത്വികനെ മുനിമാർ ഇപ്രകാരം അനുഗ്രഹിച്ചു. ഒരിക്കൽ ശ്രീരാമന്റെ അശ്വത്തെ സ്തംഭിപ്പിക്കുന്ന താങ്കൾക്ക് രാമചരിതം കേൾക്കുവാനിടവരും. അതോടെ ശാപമോക്ഷം ലഭിക്കും.

ശൗനകൻ പറഞ്ഞതനുസരിച്ച് ഭരതാദികൾ അശ്വത്തിനരികിലെത്തി രാമചരിതം ആലപിച്ചു. കീർത്തനം ശ്രവിക്കാനെത്തിയ തേജസ്വിയായ രാക്ഷസനെ ഭരതാദികൾ സന്തോഷിപ്പിച്ചു. കുതിരയുടെ സ്തംഭനം മാറ്റിയ ശേഷം സാത്വികൻ സ്വർഗ്ഗത്തിലേക്ക് മടങ്ങി. അമിതസുഖഭോഗങ്ങൾ സാത്വികനെ രാക്ഷസനാക്കി മാറ്റി. മോഹങ്ങളുടെ പിന്നാലെ കുതിക്കുന്ന മനസ്സാകുന്ന കുതിരയെ തളയ്ക്കാൻ കഴിഞ്ഞപ്പോൾ രാക്ഷസൻ സാത്വികനായി.

അവലംബം-പത്മപുരാണം, പാതാള ഖണ്ഡം 47-48 അധ്യായങ്ങൾ.

ചെറിയവനും
വലിയവനും

മനുഷ്യൻ പ്രപഞ്ച സൃഷ്ടികളിൽ ഏറ്റവും കേമനെന്ന് കരുതപ്പെടുന്നു. എന്നാൽ എല്ലാ മനുഷ്യരും ഒരുപോലെ കേമന്മാരല്ല. മനുഷ്യരുടെ ഇടയിലെ വലിപ്പ-ചെറുപ്പ ഭാവങ്ങൾ കാരണം ലോകത്ത് നിരവധി പ്രശ്നങ്ങൾ ഉണ്ടായിട്ടുണ്ട്. മറ്റുള്ളവർക്ക് കൂടുതൽ ഉപയോഗപ്പെടുന്ന മനുഷ്യനെ വലിയവനായും ഉപയോഗം കുറവുള്ള മനുഷ്യനെ ചെറിയവനായും കണക്കാക്കുന്നു. ഈ കാഴ്ചപ്പാടിനെതിരെ പ്രാചീന ഹിന്ദി കവിയായ അബ്ദുൾ റഹീം പ്രതികരിച്ചിട്ടുണ്ട്. യുദ്ധത്തിൽ പ്രയോജനപ്രദമായതു കൊണ്ട് വാളിന് നമ്മൾ വലിയ പ്രാധാന്യം കല്പിക്കുന്നു. നിത്യജീവിതത്തിൽ പലപ്പോഴും ഏറെ പ്രയോജനപ്രദമായ സൂചിക്ക് നാം പ്രാധാന്യം കല്പിക്കുന്നതേയില്ല. സൂചികൊണ്ട് നിറവേറ്റാവുന്ന കാര്യം ഒരിക്കലും വാളു കൊണ്ട് നിറവേറ്റുവാൻ സാധിക്കുകയില്ല എന്ന് നമുക്കറിയാമെങ്കിലും അതിനെ നാം പാടെ അവഗണിക്കുന്നു. ആകാരത്തിലുള്ള അന്തരം കൂടി പരിഗണിക്കപ്പെടുന്നതു കൊണ്ടാണ് പാവം സൂചിക്ക് ക്രൂരമായ അവഗണന സഹിക്കേണ്ടി വരുന്നത്. പൊതുവെ ചെറിയവരെന്ന് കണക്കാക്കപ്പെടുന്ന ആളുകൾക്ക് വലിയ കാര്യങ്ങൾ ചെയ്യുവാൻ കഴിയും. മൃഗരാജൻ വലയിൽപെട്ടുഴറി പ്രാണനുവേണ്ടി പിടഞ്ഞപ്പോൾ മറ്റു സിംഹങ്ങൾ ഉൾപ്പെടെ വനത്തിലെ പ്രതാപികളെല്ലാം നിസ്സഹായരായപ്പോൾ വലയറുത്ത് മൃഗരാജന്റെ ജീവൻ രക്ഷിച്ചത് നിസ്സാരനായ എലിയായിരുന്നില്ലേ? 'കഥാസരിത്സാഗര' ത്തിലെ ഒരു കഥയനുസരിച്ച് വേടന്റെ വലയിൽ നിന്നും പൂച്ചയെ രക്ഷിച്ചത് ഒരു എലി ആയിരുന്നു. ചെയ്യുന്ന പ്രവൃത്തിയുടെ മാഹാത്മ്യം പരിഗണിച്ചു കൊണ്ട് ചിലപ്പോഴെങ്കിലും നമുക്ക് 'എലിയൊരു പുലി' ആണെന്ന് പറയേണ്ടി വരും. ആകാരത്തിൽ ചെറിയവരായിട്ടും മാഹാത്മ്യത്തിൽ ഇന്ദ്രനെ കടത്തിവെട്ടുന്ന ഒരു സംഘം മുനിമാരുടെ കഥ പുരാണത്തിലുണ്ട്.

സപ്തർഷികളിൽ പ്രമുഖനായിരുന്ന ക്രതുവിന് സന്തതി എന്ന ഭാര്യയിൽ അറുപതിനായിരം മുനിമാരുണ്ടായി. അവരാണ് ബാലഖില്യന്മാർ. ഇവർ സാധാരണ മനുഷ്യന്റെ തള്ളവിരലിന്റെ പകുതിയോളം മാത്രം വലിപ്പമുള്ളവരും ജിതേന്ദ്രിയന്മാരും ജ്വലിക്കുന്ന സൂര്യനേപ്പോലെ തേജസ്വികളുമായിരുന്നു. (വിഷ്ണുപുരാണം-ഒന്നാം അംശം പത്താം അദ്ധ്യായം.) എന്നാൽ ലഘുശരീരികളായിരുന്നതു കൊണ്ട് ഇവർക്ക് അവഗണനയും അപവാദവുമൊക്കെ ഏറെ സഹിക്കേണ്ടി വന്നു. പക്ഷേ, ഇവരെ അവഹേളിച്ചവർക്കൊക്കെ അവസാനം അവരുടെ മുമ്പിൽ മുട്ടുമടക്കേണ്ടി വന്നിട്ടുണ്ട്. 'ബോഡിഷേമിംഗ്' ചർച്ചയാകുന്ന ഈ കാലത്ത് ബാലഖില്യന്മാരുടെ കഥക്കേറെ പ്രസക്തിയുണ്ട്.

കശ്യപപ്രജാപതി ഒരിക്കൽ ഒരു യജ്ഞം നടത്തുവാൻ തീരുമാനിച്ചു. യജ്ഞസാമഗ്രികൾ ശേഖരിക്കുവാനായി അദ്ദേഹം സ്വന്തം പുത്രനായ ഇന്ദ്രനോടൊപ്പം ബാലഖില്യന്മാരെയും നിയോഗിച്ചു. ബലവാനായ ഇന്ദ്രൻ ധാരാളം സാമഗ്രികൾ ഒരുമിച്ച് എത്തിച്ചു. അല്പ ശരീരികളായ ബാലഖില്യന്മാർ ഒത്തൊരുമിച്ച് ഒരു പ്ളാശ് മരത്തിന്റെ ചെറിയ കമ്പ് കൊണ്ടു വന്നു. വലിയ പ്രയത്നത്തിലൂടെ ചെറിയ കാര്യം നിർവഹിക്കുന്ന ബാലഖില്യന്മാർ ഇന്ദ്രന്റെ ദൃഷ്ടിയിൽ അല്പന്മാരായിരുന്നു. അദ്ദേഹം ചെറുമുനികളെ വല്ലാതെ പരിഹസിച്ചു. മനസ്സിന് ആഴത്തിൽ മുറിവേറ്റപ്പോൾ തങ്ങളുടെ മാഹാത്മ്യം സ്ഥാപിച്ചെടുക്കുന്നതിനായി ബാലഖില്യന്മാർ കഠിനതപസ്സ് ചെയ്തു. നിലവിലെ ഇന്ദ്രന്റെ നൂറിരട്ടി ശക്തിയും ചൈതന്യവുമുള്ള മറ്റൊരു ഇന്ദ്രനെ സൃഷ്ടിക്കുകയെന്നുള്ളതായിരുന്നു അവരുടെ ലക്ഷ്യം. ഈ തപസ്സിന്റെ തീവ്രത കണ്ട് ഇന്ദ്രൻ വിരണ്ടു. തന്റെ നിലനില്പ് അപകടത്തിലാണെന്ന് മനസ്സിലാക്കിയ ഇന്ദ്രൻ രക്ഷക്കായി കശ്യപനെ ശരണം പ്രാപിച്ചു. കശ്യപൻ ഇന്ദ്രനോടൊപ്പം ബാലഖില്യമുനിമാരുടെ മുമ്പിലെത്തി. ഇന്ദ്രൻ അവരോട് തന്റെ തെറ്റിന് മാപ്പിരന്നു. കശ്യപനെ മാനിച്ചു കൊണ്ട് ബാലഖില്യന്മാർ പറഞ്ഞു-" താങ്കൾ ശ്രേഷ്ഠനായ ഒരു പുത്രന്റെ പിറവിക്കുവേണ്ടിയുള്ള യജ്ഞത്തിലാണല്ലോ? ആ യജ്ഞം സഫലമാകും. ഞങ്ങളുടെ തപസ്സും വിഫലമാകരുതല്ലോ? താങ്കൾക്ക് പിറക്കുന്ന പുത്രൻ പക്ഷീന്ദ്രനാകും. അവന് ഈ ഇന്ദ്രനെ പരാജയപ്പെടുത്താൻ കഴിയും. ബാലഖില്യന്മാരുടെ അനുഗ്രഹം കൊണ്ട് കശ്യപന് പിറന്ന സന്തതിയാണ് ഗരുഡൻ. മാതാവായ വിനതയുടെ ദാസ്യമകറ്റുവാനായി സ്വർഗ്ഗത്തിൽ നിന്നും അമൃത് സ്വന്തമാക്കാനെത്തിയ ഗരുഡനെ തടയുവാൻ ആർക്കും കഴിഞ്ഞില്ല. ദേവേന്ദ്രനുൾപ്പെടെയുള്ളവരെ പരാജയപ്പെടുത്തിയ ഗരുഡൻ തന്റെ ലക്ഷ്യം നേടി. ഇളകാത്ത ലക്ഷ്യബോധത്തോടു കൂടി അചഞ്ചലമായി പോരാടിയ

ഗരുഡന്റെ മാതൃസ്നേഹം കണ്ട് മനസ്സുതെളിഞ്ഞ മഹാവിഷ്ണു ഗരുഡനെ അമൃത് കഴിക്കാതെ തന്നെ അമരനാകാൻ അനുഗ്രഹിച്ചു. മാത്രമല്ല, ഗരുഡന് വിഷ്ണുവാഹനമാകാനുള്ള ഭാഗ്യവും സിദ്ധിച്ചു. നിസ്സാരരായി കരുതപ്പെട്ട ബാലഖില്യന്മാർ തങ്ങളുടെ മാഹാത്മ്യം എന്തെന്ന് ലോകത്തെ ബോധ്യപ്പെടുത്തി. സ്വന്തം വർഗ്ഗത്തിൽ ഇന്ദ്രനെ വെല്ലുന്ന ഒരാളെ സൃഷ്ടിക്കുവാൻ അവർക്ക് കഴിഞ്ഞു.

സന്മാർഗ്ഗികളായ ബാലഖില്യന്മാർ പക്ഷികളുടെ രൂപത്തിൽ സൂര്യബിംബത്തിനു മുൻപിൽ യാത്ര ചെയ്യുന്നതായി പറയുന്നു. ഇവരിൽ ചിലർ ചന്ദ്രമണ്ഡലത്തിലും വസിക്കുന്നു. എല്ലാ ദിവസവും ഇവർ സൂര്യനെ സ്തുതിക്കുന്നു. ഇവരുടെ സ്തുതി കൊണ്ടാണ് ലോകം സത്യത്തിൽ ഉറച്ചു നില്ക്കുന്നതത്രേ. കബീർദാസ് പറഞ്ഞതുപോലെ ഒരു വാളിന്റെ മഹത്വം നിശ്ചയിക്കുന്നത് അതിന്റെ ശക്തിയും മൂർച്ഛയും പരിശോധിച്ചാണ്, അല്ലാതെ വാളുറയുടെ ഭംഗി നോക്കിയിട്ടല്ല. അതുപോലെ ബാഹ്യരൂപത്തിന്റെ മാത്രം അടിസ്ഥാനത്തിൽ ആരുടെയും മഹത്വം അളക്കാൻ പാടില്ലായെന്ന് ബാലഖില്യന്മാർ നമ്മെ സദാ ഓർമ്മിപ്പിക്കുന്നു.

(മഹാഭാരതം അനുശാസന പർവം 141ാംഅധ്യായം.)

ആയുഷ്മാൻ ഭവ:

"പുത്രപ്രാപ്തിയുണ്ടായില്ലെങ്കിൽ മനുഷ്യന് പിതൃഋണത്തിൽ നിന്നും മോക്ഷം ഉണ്ടാവുകയില്ല. മരണാനന്തരം 'പും' എന്ന നരകത്തിൽ കഴിയേണ്ടി വരും. പിതൃക്കൾക്ക് വിധിയാംവണ്ണം തർപ്പണം നടത്താൻ ആളുണ്ടാവില്ല." ഇതൊക്കെ ആയിരുന്ന മൃകണ്ഡു മഹർഷിയെ അലട്ടിയിരുന്ന ചിന്തകൾ. അവസാനം പുത്രലാഭത്തിനു വേണ്ടി ഭാര്യയോടൊപ്പം മഹർഷി തപസ്സനുഷ്ഠിച്ചു. തപസ്സിന്റെ പുണ്യ ഫലമായി അവർക്കൊരു കുട്ടി പിറന്നു- മാർക്കണ്ഡേയൻ.

മാർക്കണ്ഡേയന് അഞ്ചുവയസ് പ്രായമായപ്പോൾ അവരുടെ ആശ്രമത്തിൽ ഒരു സിദ്ധൻ അതിഥിയായെത്തി. ബാലകൻ സിദ്ധനെ വിനയപൂർവം നമസ്കരിച്ച് സ്വീകരിച്ചു. മാർക്കണ്ഡേയൻ വന്ദിച്ചു നിന്ന പ്പോൾ സിദ്ധന്റെ മുഖത്ത് പ്രസാദം തീരെയില്ലായെന്ന കാര്യം മൃകണ്ഡു മഹർഷി ശ്രദ്ധിച്ചു. മഹർഷി സിദ്ധനോട് കാര്യം തിരക്കി. അദ്ദേഹം പറഞ്ഞു- "മുനിശ്രേഷ്ഠാ, താങ്കളുടെ പുത്രൻ ഏറെ വിനയമുള്ളവനും ജ്ഞാനിയും സുന്ദരനും സുശീലനുമാണ്. പക്ഷേ, അവന്റെ നിർഭാ ഗ്യത്തെപ്പറ്റി അറിയുന്നതുകൊണ്ട് എന്റെ മനസ്സ് കലുഷിതമാകുന്നു. പിതാവായ താങ്കളോട് അതെങ്ങനെയാണ് പറയേണ്ടതെന്ന് എനിക്ക റിയില്ല". മുനി നിർബന്ധിച്ചപ്പോൾ സിദ്ധൻ പറഞ്ഞു- അവന് ഇനി ആറ് മാസം കൂടി മാത്രമേ ആയുസ് ശേഷിക്കുന്നുള്ളൂ. മൃകണ്ഡു മഹർഷി ഒരു നിമിഷം ഒന്ന് പിടഞ്ഞെങ്കിലും ആത്മധൈര്യം കൈവിട്ടില്ല. അദ്ദേഹം പെട്ടെന്നു തന്നെ തന്റെ പുത്രന്റെ ഉപനയനകർമ്മം പൂർത്തിയാക്കി. സന്ധ്യാവന്ദനം തുടങ്ങിയ അനുഷ്ഠാനങ്ങളൊക്കെ പഠിപ്പിച്ചു. മറ്റുള്ള വരെ, വിശേഷിച്ച് മുതിർന്നവരെ പ്രണമിക്കുകയും അവരോട് ഏറെ വിനയത്തോടെ പെരുമാറുകയും വേണമെന്ന് മുനി മകനെ പഠിപ്പിച്ചു.

അഞ്ച്മാസക്കാലം പെട്ടെന്ന് കടന്നുപോയി. അച്ഛൻ പഠിപ്പിച്ച കാര്യങ്ങളെല്ലാം കുമാരൻ കൃത്യമായി പാലിച്ചു പോന്നു. ആറുമാസം തികയാൻ അഞ്ച്ദിവസം ശേഷിക്കവേ യാദൃച്ഛികമായി സപ്തർഷികൾ ആ വഴിക്കു വന്നു. മാർക്കണ്ഡേയൻ അതീവ വിനീതനായി അവരെ വണങ്ങി. ബാലകന്റെ നല്ലശീലത്തിൽ പ്രസാദിച്ച സപ്തർഷികൾ അവനെ ആയുഷ്മാനായി ഭവിക്കട്ടെയെന്ന് അനുഗ്രഹിച്ചു. അതുകഴിഞ്ഞ് ധ്യാനമഗ്നരായപ്പോൾ തങ്ങൾ അനുഗ്രഹിച്ച മുനികുമാരന് കേവലം അഞ്ചുദിവസത്തെ ആയുസ്സ് മാത്രമേ ശേഷിക്കുന്നുള്ളുവെന്ന് സപ്തർഷി കൾക്ക് മനസ്സിലായി. 'ആയുഷ്മാൻഭവ' എന്ന തങ്ങളുടെ വാക്ക് പാഴ്‌വാക്കാവാതിരിക്കാനെന്താണ് മാർഗ്ഗമെന്നവർ ആലോചിച്ചു. ഒരാളുടെ ആയുസ്, കർമ്മം, ധനം, വിദ്യ, മരണം എന്നീ അഞ്ചുകാര്യങ്ങളിൽ അയാൾ ഗർഭസ്ഥനായിരിക്കുന്ന കാലത്തു തന്നെ ബ്രഹ്മാവ് തീർപ്പ് കല്പിക്കുന്നതാണ്. ഒരാളുടെ ആയുസ് നീട്ടുവാൻ ബ്രഹ്മാവിന് മാത്രമേ സാധിക്കുകയുള്ളൂ. മൃകണ്ടു മഹർഷിയുടെ അനുവാദത്തോടെ സപ്തർ ഷികൾ മാർക്കണ്ഡേയനെ തങ്ങളോടൊപ്പം കൂട്ടി. അവർ ബ്രഹ്മാവിനെ കാണാൻ പുറപ്പെട്ടു. ബ്രഹ്മലോകത്തെത്തിയ ഉടൻ മാർക്കണ്ഡേയൻ അതീവ വിനീതനായി ബ്രഹ്മാവിനെ സാഷ്ടാംഗം പ്രണമിച്ചു. കുമാരന്റെ സദ്വൃത്തിയിൽ മുഗ്ധനായ ബ്രഹ്മാവ് പറഞ്ഞു-" വത്സാ, ആയുഷ്മാൻ ഭവ:" സപ്തർഷികൾ ബ്രഹ്മാവിനെ സമീപിച്ചിട്ട് പറഞ്ഞു-"ജഗദ്പി താവേ, ഈ ബാലകന്റെ ആയുസ് ഇന്ന് അവസാനിക്കുകയാണ്. അവന് ദീർഘായുസ് ആശംസിച്ച അവിടുത്തേക്കും ഞങ്ങൾക്കും സത്യഭംഗം വരാതിരിക്കേണ്ടതുണ്ട്." മാർക്കണ്ഡേയകുമാരന്റെ ഉത്കൃഷ്ട ശീലം കണ്ട് ബ്രഹ്മാവിന്റെ മനസ് നിറഞ്ഞു. അവിടുന്ന് ഇപ്രകാരം പറഞ്ഞു- "ഇവന്റെ ആയുസ് സൃഷ്ടികർത്താവായ നമ്മുടെ ആയുസിന് തുല്യമായിരിക്കും." അങ്ങനെ മരണത്തെ അതിജീവിച്ച മാർക്കണ്ഡേയ മഹർഷിക്ക് സർവവിനാശകാരിയായ പ്രളയത്തിനു ശേഷം വടവൃക്ഷ പത്രത്തിൽ ശയിക്കുന്ന ഭഗവാനെ ദർശിക്കുകയെന്ന അപൂർവ ഭാഗ്യം സിദ്ധിക്കുകയുണ്ടായി.

വിനയാന്വിതന് സർവസിദ്ധികളും കൈവരുമെന്ന് മാർക്കണ്ഡേയന്റെ ജീവിതം സാക്ഷ്യപ്പെടുത്തുന്നു. ആദ്ധ്യാത്മികതയാകുന്ന ക്ഷേത്രത്തിൽ പ്രവേശിക്കും മുമ്പ് ശിരസ് തറയിൽ വയ്ക്കണമെന്ന് പറഞ്ഞ കബീറും അഹങ്കാരത്തിൽ നിന്ന് മുക്തനാകുന്നവന് മാത്രമേ ജീവിതസാഫല്യം ഉണ്ടാകുകയുള്ളുവെന്ന് വ്യക്തമാക്കിയിരുന്നു..

അവലംബം- പത്മപുരാണം.

ഭൂമിയിലെ അതിഥികൾ

ഭൂമിയിലെ ജീവിതം സാധാരണ മനുഷ്യർക്ക് മടുപ്പുളവാക്കുന്നതല്ല. കൊതി തീരും വരെ ഇവിടെ ജീവിച്ച് മരിച്ചവരില്ലായെന്നാണ് കവി വചനം. ശപിക്കപ്പെട്ട് ഭൂമിയിലെത്തപ്പെട്ട ഗന്ധർവന് ഒരിക്കലും ഭൂമി വിട്ടുപോകാൻ ആഗ്രഹമുണ്ടായില്ലായെന്ന് പറയുന്ന ഒരു മലയാള സിനിമ ഏറെ ജനപ്രീതി പിടിച്ചു പറ്റിയിരുന്നു. ഏറെ വൈവിധ്യമുള്ള ഭൂമിയുടെ സൗന്ദര്യം പ്രഞ്ചത്തിൽ മറ്റെങ്ങും കാണാൻ ഇടയില്ല. നന്ദനോദ്യാനത്തിലെ അനശ്വര പുഷ്പങ്ങളേക്കാൾ നശ്വരതയുടെ സുഗന്ധവും സൗന്ദര്യവും വിളിച്ചോതുന്ന ഭൂമിയിലെ പുഷ്പങ്ങളാണെനിക്കിഷ്ടമെന്നു പാടിയ ഹിന്ദിയിലെ അഭിനവ മീരയായ മഹാദേവീവർമ്മയും ഈ ലോകത്തിന്റെ സവിശേഷ സൗന്ദര്യത്തിൽ മുഗ്ധയായിരുന്നു. അനശ്വരതയെക്കാൾ ക്ഷണികതക്കാണ് സൗന്ദര്യമെന്ന് പാടിയ നിരവധി കവികളുണ്ട്. എന്നാൽ പ്രത്യേക കാര്യങ്ങൾക്കായി നിയോഗിക്കപ്പെട്ടുന്ന ദേവന്മാർ തങ്ങളുടെ കർമ്മം എത്രയും വേഗം തീർത്ത് മടങ്ങിയതായിട്ടാണ് കാണുന്നത്. ദേവന്മാർ ഭൂമിയിൽ അവതരിക്കുകയാണല്ലോ ചെയ്യാറ്. അവതാരം എന്നാൽ താഴേക്കുള്ള ഇറങ്ങി വരവ് എന്നാണ് അർഥം. സാധാരണ സമ്മർദ്ദങ്ങൾക്ക് വഴിപ്പെട്ടാണ് ദേവന്മാർ അവതരിക്കുക. ഭഗവാൻ വിഷ്ണുവിന് ഭൂമിയിൽ അവതരിക്കേണ്ടി വന്നത് ഭൃഗു മഹർഷിയുടെ ശാപം കൊണ്ടാണ്. അംഗിരസിന്റെ മക്കൾക്ക് മനുഷ്യരായി പിറക്കേണ്ടി വന്നപ്പോൾ അവർ ദേവകിയുടെ മക്കളായി ജനിച്ച ഉടനെ കംസന്റെ കൈകൊണ്ട് മരണം വരിച്ച് മനുഷ്യജന്മത്തിൽ നിന്ന് മോക്ഷം നേടി. വസിഷ്ഠമുനിയുടെ പശുവിനെ മോഷ്ടിച്ച അഷ്ടവസുക്കളിൽ ഏഴുപേർ മനുഷ്യരായി പിറവിയെടുത്തെങ്കിലും അമ്മയായ ഗംഗാദേവിയുടെ കൈകൊണ്ടുതന്നെ വധിക്കപ്പെട്ട് മനുഷ്യജന്മത്തിൽ നിന്ന്

മോക്ഷം നേടി. യഥാർഥത്തിൽ മോഷണം നടത്തിയ ദ്യോവ് എന്ന വസുവിന് ശന്തനുതനയൻ ഭീഷ്മരായി ചിരകാലം ജീവിക്കേണ്ടി വന്നു.

സ്വർഗ്ഗനിവാസികളായ അഷ്ടവസുക്കൾ ഒരിക്കൽ ഭാര്യമാരുമൊത്ത് ഭൂമിയിലേക്ക് ഒരു ഉല്ലാസയാത്രക്കിറങ്ങി. അവർ മേരു പർവതത്തിലെത്തി പ്രകൃതിയുടെ മനോഹാരിത ആസ്വദിച്ചു. ഒടുവിൽ അവർ വസിഷ്ഠാശ്രമത്തിനരികിലെത്തി. ആശ്രമത്തിലെത്തിയ അവർക്ക് വസിഷ്ഠനെ കാണുവാനായില്ല. ആ സമയത്ത് മുനി പുറത്തെവിടെയോ പോയിരിക്കുകയായിരുന്നു. അമൃതസമാനമായ പാൽ തരുന്ന വസിഷ്ഠന്റെ നന്ദിനി എന്നുപേരായ കാമധേനു അവിടെ ഉണ്ടായിരുന്നു. ദ്യോവ് എന്ന വസുവിന്റെ ഭാര്യ നന്ദിനിയെ സ്വന്തമാക്കണമെന്ന് ഭർത്താവിനോട് ആവശ്യപ്പെട്ടു. മുനിയുടെ അഭാവത്തിൽ നന്ദിനിയെ അപഹരിച്ച് കൊണ്ടുപോകുവാൻ ഭാര്യ ദ്യോവിനെ പ്രേരിപ്പിച്ചുകൊണ്ടിരുന്നു. നന്ദിനിയെക്കൊണ്ട് ഉപയോഗം മനുഷ്യർക്കാണ്. അമൃതം സ്വന്തമായുള്ള സ്വർഗ്ഗവാസികൾക്ക് നന്ദിനിയുടെ ഒരു ആവശ്യവുമില്ല. അതുകൊണ്ടുതന്നെ നന്ദിനിയെ മോഷ്ടിക്കേണ്ട കാര്യമില്ലായെന്ന് ദ്യോവ് പറഞ്ഞു. ഭാര്യ വഴങ്ങിയില്ല. ജിതവതി എന്ന ഉശീനര രാജാവിന്റെ പുത്രി തന്റെ അടുത്ത സുഹൃത്താണെന്നും അവൾക്ക് സമ്മാനിക്കാനായി നന്ദിനിയെ സ്വന്തമാക്കുകതന്നെ വേണം എന്ന ഭാര്യയുടെ ശാഠ്യത്തിന് വഴങ്ങി ദ്യോവ് നന്ദിനിയെ മോഷ്ടിച്ചു. വസിഷ്ഠൻ ആശ്രമത്തിൽ മടങ്ങി വന്നപ്പോൾ വസുക്കൾ നന്ദിനിയെ മോഷ്ടിച്ചതായി അറിഞ്ഞു. അഷ്ടവസുക്കൾ മനുഷ്യരായി പിറക്കട്ടെയെന്ന് വസിഷ്ഠൻ ശപിച്ചു. മോഷണം നടത്തിയത് ദ്യോവ് മാത്രമാണെന്നും മറ്റുള്ളവർക്ക് അതിൽ പങ്കില്ലായെന്നും മനസ്സിലായപ്പോൾ ദ്യോവ് മാത്രം ഏറെക്കാലം മനുഷ്യനായി ജീവിച്ചാൽ മതിയെന്നും മറ്റേഴുപേർക്കും മനുഷ്യരായി പിറവി എടുത്തിട്ട് ഉടനെ സ്വർഗ്ഗത്തിലേക്ക് മടങ്ങാമെന്നും വസിഷ്ഠൻ അനുഗ്രഹിച്ചു. വസുക്കളെല്ലാം ഗംഗയുടെ മക്കളായി പിറന്നു. ആദ്യം മക്കളായ ഏഴുപേരെയും അമ്മയായ ഗംഗ തന്നെ കൊന്നു. പിതാവായ ശന്തനു നിസ്സഹായനായി നോക്കി നിന്നു. ദ്യോവിന്റെ അവതാരമായ സത്യവ്രതൻ ചിരകാലം ജീവിച്ചു. ദീർഘകാലം മനുഷ്യനായി ജീവിക്കട്ടെയെന്ന വസിഷ്ഠന്റെ ശാപത്തിനും സ്വച്ഛന്ദമൃത്യു ഭവിക്കട്ടെയെന്ന ശന്തനുവിന്റെ അനുഗ്രഹത്തിനും വിധേയനായ സത്യവ്രതനെന്ന ഗംഗാദത്തൻ ഭീഷ്മരുടെ ജീവിതം സംഭവ ബഹുലമായിരുന്നു. അദ്ദേഹത്തിന്റെ സഹോദരങ്ങൾ ഭൂമിയിൽ അതിഥികളായി വന്നുപോയി. സത്യവ്രതനെ കൂട്ടികൊണ്ടുപോയ ഗംഗാദേവി അവനെ മുപ്പത്തി രണ്ടു വയസ്സുവരെ ഒറ്റയ്ക്ക് വളർത്തി. ശുക്രാചാര്യന്റെ അടുത്തെത്തിച്ച് മകനെ സർവവിദ്യകളും

അഭ്യസിപ്പിച്ച ഗംഗ അതിന് ശേഷം അവനെ പിതാവിന്റെ അരികിലെത്തിച്ചു. ശന്തനു മകനെ യുവരാജാവാക്കി. ഗംഗാദത്തൻ പരശുരാമന്റെ ശിഷ്യത്വവും കൈവരിച്ചു. കഴിഞ്ഞ ജന്മത്തിലെ അനുഭവം നിമിത്തമാകാം സത്യവ്രതൻ അവിവാഹിതനായി കഴിയാൻ തീരുമാനിച്ചു

നിയതി മനുഷ്യ ജീവിതത്തെ വല്ലാതെ സ്വാധീനിക്കുന്നു. കോടിക്കണക്കിന് വർഷങ്ങളായി നിലനില്ക്കുന്ന ഭൂമിയിൽ ചെറിയൊരു കാലം മാത്രം ജീവിക്കുന്ന മനുഷ്യൻ വാസ്തവത്തിൽ ഇവിടെ അതിഥിയെപ്പോലെയാണ്. ഒരുവീട്ടിലെത്തുന്ന അതിഥിക്ക് ആ വിടിനെപ്പറ്റി പരിമിതമായ അറിവ് നേടാനുള്ള അവസരമേ ലഭ്യമാകാറുള്ളൂ. അഷ്ടവസുക്കളുടെ ഭൂതകാലത്തെപ്പറ്റിയും അവർക്ക് ലഭിച്ച മുനിശാപത്തെപ്പറ്റിയുമൊക്കെ അറിയാമായിരുന്ന ദേവസ്ത്രീയായ ഗംഗക്ക് താൻ ചെയ്യേണ്ട കാര്യങ്ങളെപ്പറ്റി ബോധ്യമുണ്ടായിരുന്നു. പക്ഷേ, മനുഷ്യനായ ശന്തനുവിനെ കാര്യങ്ങൾ ബോധ്യപ്പെടുത്താൻ കഴിയില്ലായെന്ന് അവർക്കറിയാമായിരുന്നു. അതുകൊണ്ടാണ് തന്റെ പ്രവൃത്തികളെ ചോദ്യം ചെയ്യരുതെന്ന വ്യവസ്ഥ ഗംഗാദേവി വിവാഹത്തിനു മുമ്പ് ശന്തനുവിന്റെ മുമ്പിൽ വച്ചത്.

പെരുമ്പാമ്പ്

നാഗം അഥവാ പാമ്പ് പുരാണങ്ങളിൽ കാലത്തിന്റ പ്രതീകമായിട്ടാണ് അവതരിപ്പിക്കപ്പെട്ടിട്ടുള്ളത്. അനന്തനെന്ന സർപ്പത്തെ തല്പമാക്കിയാണ് സർവ വ്യാപിയായ വിഷ്ണു ശയിക്കുന്നത്. അനന്തന്റെ സഹോദരനും സർപ്പരാജനുമായ വാസുകിയെ ആഭരണമായി ധരിച്ചവനായിരുന്നു പരമശിവൻ. സർപ്പങ്ങൾ സുബ്രഹ്മണ്യന്റെ പാദസേവ ചെയ്തിരുന്നതായി കാണുന്നു. കാലത്തെ നയിക്കുന്ന ഈശ്വരനോടൊപ്പമാണ് സർപ്പങ്ങൾക്ക് സ്ഥാനം. എന്നാൽ അതൃപ്തമായ വാസനകൾ കാരണം ശാപഗ്രസ്തരായ ചിലർ പെരുമ്പാമ്പായി മാറിയതായ കഥകളുണ്ട്. അപ്പോൾ അതൃപ്ത വാസനകളാൽ ഗ്രസിക്കപ്പെട്ടവരുടെ പ്രതീകമായി പെരുമ്പാമ്പിനെ കാണാമെന്ന് തോന്നുന്നു.

വിഷയലമ്പടത്വം കാരണം ഋഷീശ്വരന്മാരുടെ ശാപമേറ്റ് പെരുമ്പാമ്പായി സ്വർഗ്ഗത്തിൽ നിന്ന് ഭൂമിയിലേക്ക് പതിച്ചവരാണ് ചന്ദ്രവംശ രാജാവായ നഹുഷനും വിദ്യാധരനായ സുദർശനനും. സ്ത്രീകളോടുള്ള അമിത പ്രതിപത്തി നിമിത്തം സ്വന്തം നില മറന്നു പ്രവർത്തിച്ചവരാണിരുവരും. ഇവർ ശാപമുക്തരായത് ദ്വാപരയുഗത്തിലാണ്. നഹുഷന് ധർമ്മപുത്രരാണ് മോക്ഷം നല്കിയത്. സുദർശനന് സാക്ഷാൽ ശ്രീകൃഷ്ണൻ മോക്ഷം നല്കി.

സുദർശനൻ എന്ന വിദ്യാധരൻ സുന്ദരനും സുഭഗനുമായിരുന്നു. ധാരാളം അപ്സരസുന്ദരികൾ ഇദ്ദേഹത്തിന്റെ ആരാധികമാരായിരുന്നു. ഒരു ദിവസം മദ്യപിച്ച് മദോന്മത്തനായ ഈ വിദ്യാധരൻ തന്റെ പ്രേയസിമാരുമൊത്ത് ഒരു വനത്തിൽ ഉല്ലസിക്കുകയായിരുന്നു. സപ്തർഷികളിൽ ഒരാളായ അംഗിരസ് എന്ന മഹർഷി യാദൃച്ഛികമായി അവിടെ എത്തിപ്പെട്ടു. തന്നോടൊപ്പം മദ്യവും മദിരാക്ഷിയും ഒത്തുകൂടിയിരിക്കുന്ന വേളയിൽ അംഗിരസിന്റെ സാന്നിദ്ധ്യം സുദർശനന് തീരെ

ഇഷ്ടപ്പെട്ടില്ല. യുവതികളുടെ മുമ്പിൽ വച്ച് അയാൾ മഹർഷിയെ പലതും പറഞ്ഞ് പരിഹസിച്ചു. സാഹചര്യങ്ങളുടെ സവിശേഷത കണക്കിലെടുത്ത് മഹർഷി സംയമനം പാലിച്ച് അവിടം കടന്നു പോകാൻ തുനിഞ്ഞു. അപ്പോൾ വിദ്യാധരൻ മഹർഷിയെ അതിക്രൂരമായി പരിഹസിച്ചു. 'അമ്മയില്ലാത്തവൻ', 'നിഷിദ്ധ സന്തതി' എന്നൊക്കെ പറഞ്ഞ് അയാൾ പരിഹസിച്ചപ്പോൾ യുവതികൾ ആർത്തു ചിരിച്ചു. അവർക്ക് ബ്രഹ്മാവിന് അഗ്നിയിൽ പിറന്നവനായ അംഗിരസ്സിന്റെ ഉജ്ജ്വല തേജസ് എന്താണെന്നറിയില്ലായിരുന്നു. 'ദുർഭഗ സന്തതി' എന്ന പരിഹാസമേറ്റ മഹർഷി പൊട്ടിത്തെറിച്ചു. അഗ്നിപോലെ ജ്വലിച്ചു നിന്ന മഹർഷിയെക്കണ്ട് സ്ത്രീകൾ ഓടി ഒളിച്ചു. മദ്യലഹരിയിലായിരുന്ന സുദർശനൻ കൂസലില്ലാതെ നിന്നു. മഹർഷി അയാളെ ശപിച്ച് പെരുമ്പാമ്പാക്കി. അഹങ്കാരം ശമിച്ചപ്പോൾ അയാൾ അംഗിരസിന്റെ മുമ്പാകെ ചുരുണ്ടുകൂടി ശാപമോക്ഷത്തിനായി ഇരന്നു. ദ്വാപര യുഗത്തിൽ ശ്രീകൃഷ്ണനായി അവതരിക്കുന്ന വിഷ്ണുവിന്റെ അനുഗ്രഹം നേടി പൂർവരൂപം പ്രാപിച്ചുകൊള്ളുവാൻ മഹർഷി അയാളെ അനുവദിച്ചു. തുടന്ന് സുദർശനൻ കാളിന്ദീ തീരത്ത് വാസമുറപ്പിച്ചു. കാലമേറെക്കഴിഞ്ഞു.

ഒരു ദിവസം വൃന്ദാവനവാസികൾ ദേവീവനത്തിൽ മഹാദേവപൂജയിൽ പങ്കെടുത്തിട്ട് മടങ്ങുകയായിരുന്നു. രാത്രി ഏറെ ഇരുട്ടിയതു കൊണ്ട് അവർ കാളിന്ദീ തീരത്ത് വിശ്രമിക്കാൻ തീരുമാനിച്ചു. അങ്ങനെ നന്ദഗോപരുടെ നേതൃത്വത്തിലുള്ള ഗോപന്മാർ അവിടെ കിടന്നുറങ്ങി. കുറെനേരം കഴിഞ്ഞ് വലിയ ബഹളം കേട്ട് ഗോപന്മാർ ഞെട്ടിയുണർന്നു. ഒരു പെരുമ്പാമ്പ് നന്ദഗോപരുടെ കാലിൽ ചുറ്റിവരിഞ്ഞു കിടക്കുന്നതായി അവർ കണ്ടു. എല്ലാവരും കൂടി പെരുമ്പാമ്പിൽ നിന്നും നന്ദഗോപരെ രക്ഷിക്കാൻ ശ്രമിച്ചു. എന്നാലവർക്ക് പെരുമ്പാമ്പിന്റെ ശക്തമായ പിടിയിൽ നിന്നും നന്ദഗോപരെ രക്ഷിക്കാൻ കഴിഞ്ഞില്ല. വിവരമറിഞ്ഞ ശ്രീകൃഷ്ണൻ അവിടെ പാഞ്ഞെത്തി. അദ്ദേഹം പെരുമ്പാമ്പിനെ ആഞ്ഞുചവിട്ടി. ശ്രീകൃഷ്ണ സ്പർശമേറ്റതോടെ പെരുമ്പാമ്പായിക്കഴിഞ്ഞ സുദർശനന് പൂർവരൂപം തിരിച്ചുകിട്ടി. ബന്ധങ്ങൾ ആസ്വദിക്കുകയെന്ന നല്ല ദർശനം കൈവിട്ടുപോയ സുദർശനന് മദ്യവും മദിരാക്ഷിയുമുണ്ടാക്കിയ കഷ്ടപ്പാട് കുറച്ചൊന്നുമല്ല. മാനത്തു പാറിപറക്കാമായിരുന്ന വിദ്യാധരന് മാനം കൈവിട്ടു പോയി. മാത്രമല്ല, യുഗങ്ങളോളം കാളിന്ദീ തീരത്ത് നെഞ്ചുരച്ച് ഇഴഞ്ഞു നടക്കേണ്ടി വന്നു. മദ്യാസക്തി നിമിത്തം പാമ്പായി ഇഴയുന്നവരെക്കാണുമ്പോൾ വിദ്യാധരന് മോക്ഷം കിട്ടിയോയെന്ന് നാം ശങ്കിച്ചേക്കാം.

പാർവതീദേവി ഒരിക്കൽ കല്പവൃക്ഷത്തിനരികിൽ നിന്ന് പരമശിവനുമായി സംസാരിച്ചുകൊണ്ടിരിക്കുകയായിരുന്നു. അഭീഷ്ടദായകനാണ് കല്പവൃക്ഷമെന്ന് ശിവനിൽനിന്നും മനസ്സിലാക്കിയ പാർവതി ഏറെക്കാലമായുള്ള തന്റെ ഒരു അഭീഷ്ടം വ്യക്തമാക്കി. ഒരു പെൺകുഞ്ഞിനെ ഓമനിച്ചു വളർത്തണമെന്ന പാർവതിയുടെ അഭീഷ്ടം കല്പവൃക്ഷം നിറവേറ്റിക്കൊടുത്തു. പാർവതി മകൾക്ക് അശോകസുന്ദരിയെന്ന് പേരിട്ട് വളർത്തി. അശോകസുന്ദരി കൗമാരം പിന്നിട്ടപ്പോൾ നീ ചന്ദ്രവംശരാജാവായ നഹുഷന്റെ ഭാര്യയാകുമെന്ന് പാർവതി അവളെ അനുഗ്രഹിച്ചു..

ആയുസ് -ഇന്ദുമതി ദമ്പതികൾക്ക് ഏറെക്കാലത്തെ പ്രാർഥനയോടെയുള്ള കാത്തിരിപ്പിന് ശേഷം ജനിച്ച പുത്രനായിരുന്നു നഹുഷൻ. പക്ഷേ, അവനെ ലാളിച്ചു വളർത്തുവാൻ മാതാപിതാക്കൾക്ക് ഭാഗ്യമുണ്ടായില്ല. ഈ ശിശു ഭാവിയിൽ തനിക്ക് ഭീഷണിയാകുമെന്ന് ഹുണ്ഡൻ എന്ന അസുരന് തോന്നി. പാർവതീദേവിയുടെ മാനസപുത്രിയായ അശോകസുന്ദരിയോട് ഹുണ്ഡൻ ഒരിക്കൽ പ്രണയ നിവേദനം നടത്തിയിരുന്നു. എന്നാൽ ചന്ദ്രവംശത്തിൽ പിറക്കുന്ന നഹുഷന്റെ ഭാര്യയാകുവാൻ നിശ്ചയിക്കപ്പെട്ടവളായ എന്നെ താങ്കൾ ആഗ്രഹിക്കരുതെന്ന് അശോകസുന്ദരി ഹുണ്ഡനോട് പറഞ്ഞു. ഹുണ്ഡൻ അവളെ മറക്കുവാൻ തയ്യാറല്ലായിരുന്നു. ഒരിക്കൽ സ്ത്രീവേഷം ധരിച്ചെത്തിയ ഹുണ്ഡൻ അശോകസുന്ദരിയെ പീഡിപ്പിക്കാൻ ശ്രമിച്ചു. നഹുഷന്റെ കൈകൊണ്ട് നിനക്ക് അന്ത്യമുണ്ടാകുമെന്ന് അവൾ അസുരനെ ശപിച്ചു. ആയുസ്-ഇന്ദുമതി ദമ്പതികൾക്ക് മകനായി നഹുഷൻ പിറക്കുമെന്ന് മനസ്സിലാക്കിയ അസുരൻ അവനെ ശിശുവായിരിക്കുമ്പോൾ തന്നെ നശിപ്പിക്കണമെന്ന് തീരുമാനിച്ചു. ശിശുവിനെ വിദഗ്ധമായി തട്ടിയെടുത്ത ഹുണ്ഡൻ അവനെ കൊന്ന് പാചകം ചെയ്ത് കൊണ്ടുവരുന്നതിനായി മേഖല എന്ന ദാസിയെ ചുമതലപ്പെടുത്തി. കുഞ്ഞിനോട് അലിവ് തോന്നിയതു കൊണ്ട് മേഖല ശിശുമാംസമെന്ന പേരിൽ മറ്റേതോ മാംസം പാചകം ചെയ്ത് അസുരന് കൊടുത്തു. തന്നെ കൊല്ലുവാനായി പിറന്നവൻ തന്റെ ശരീരത്തിൽവിലയം പ്രാപിച്ചതായി ധരിച്ച അസുരൻ ഏറെ ആശ്വസിച്ചു. മേഖല ശിശുവായ നഹുഷനെ വസിഷ്ഠാശ്രമത്തിനരികിൽ ഉപേക്ഷിച്ചു. വസിഷ്ഠന്റെ മകനായി വളർന്ന നഹുഷൻ തന്റെ ജന്മരഹസ്യം മനസ്സിലാക്കി. വസിഷ്ഠന്റെ അനുഗ്രഹത്തോടെ ദേവശത്രുവായ ഹുണ്ഡനെ നശിപ്പിക്കുവാനായി നഹുഷൻ പുറപ്പെട്ടു. ഉഗ്രമായ സംഘട്ടത്തിനവസാനം ഹുണ്ഡൻ കൊല്ലപ്പെട്ടു. ഒരു സ്ത്രീയോടുണ്ടായ അമിതമായ അഭിനിവേശം നിമിത്തം ഹുണ്ഡൻ നശിച്ചു. നഹുഷനോട് കടപ്പെട്ട ദേവന്മാർ അശോകസുന്ദരിയെ അദ്ദേഹത്തിന് വിവാഹം

കഴിച്ചുകൊടുത്തു.

വൃത്രാസുരവധം കാരണം ബ്രഹ്മാഹത്യാപാപം ഏല്ക്കേണ്ടിവന്ന ഇന്ദ്രൻ തന്റെ പദവി ഉപേക്ഷിച്ചിട്ട് അജ്ഞാതവാസത്തിന് പോയി. ദേവലോകം അനാഥമാകാതിരിക്കാൻ ശക്തനായ ഒരു ഭരണാധികാരിയെ തേടിയ ദേവന്മാർ നിരവധി യാഗങ്ങൾ നടത്തിയിട്ടുള്ള, പ്രഗത്ഭനായ ഭരണാധികാരി നഹുഷനെ ദേവലോക ചക്രവർത്തിയാക്കാൻ തീരുമാനിച്ചു. വസിഷ്ഠമുനിയുടെ ശിക്ഷണത്തിൽ വളർന്ന നഹുഷന് ബ്രാഹ്മണ-ക്ഷത്രിയ സമ്മിശ്ര സംസ്കാരം കൈമുതലായുണ്ടായിരുന്നതു കൊണ്ട് വിഷയവാസനയും അതിമോഹവും ഉണ്ടാവില്ലായെന്നും പഴയ ഇന്ദ്രനേക്കാൾ നന്നായി ദേവലോകത്തെ കാത്ത്സൂക്ഷിക്കുവാൻ മനുഷ്യനായ നഹുഷന് കഴിയുമെന്ന് എല്ലാവരും കരുതി. കാര്യക്ഷമമായ ഭരണംകൊണ്ട് ഇന്ദ്രപദവിക്ക് താൻ സർവഥാ യോഗ്യനാണെന്ന് ചുരുങ്ങിയ കാലം കൊണ്ട് നഹുഷൻ തെളിയിച്ചു. ഏറെ അംഗീകാരം നേടിയിട്ടും സ്വർഗ്ഗീയ സുഖസൗകര്യങ്ങളെല്ലാം പ്രാപ്തമായിട്ടും നഹുഷൻ തൃപ്തനായില്ല. പഴയ ഇന്ദ്രാണി ശചീദേവി പുതിയ ഇന്ദ്രനായ തനിക്ക് വഴങ്ങുന്നില്ലായെന്നുള്ളതായിരുന്നു നഹുഷന്റെ നിരാശക്ക് കാരണം.

നഹുഷന്റെ സമ്മർദ്ദം താങ്ങാനാകാതെ വന്നപ്പോൾ ശചീദേവി ദേവഗുരു ബൃഹസ്പതിയെക്കണ്ടു, ഒളിവിൽക്കഴിഞ്ഞ തന്റെ ഭർത്താവായ ഇന്ദ്രനെയും പോയിക്കണ്ടു. അവരുടെ ഉപദേശം തേടിയ ശചീദേവി തന്നെ സ്വീകരിക്കുവാനായി മുനിമാർ ചുമക്കുന്ന പല്ലക്കിലെത്താൻ നഹുഷനോട് പറഞ്ഞു. ശചീദേവിയെ സ്വന്തമാക്കാൻ വെമ്പിയ നഹുഷൻ മുനിമാർ ചുമക്കുന്ന പല്ലക്കിലേറി ഇന്ദ്രാണിയുടെ കൊട്ടാരത്തിലേക്ക് പുറപ്പെട്ടു. സാവകാശത്തിൽ പല്ലക്ക് ചുമന്ന പ്രായമായ സന്യാസിമാരെ നഹുഷൻ ശകാരിക്കുകയും പരിഹസിക്കുകയും ചെയ്തു. മുനിമാർ കഷ്ടപ്പെട്ട് ഓടാൻ തുടങ്ങി. എന്നിട്ടും രാജാവിന് തൃപ്തിയായില്ല. അങ്ങേയറ്റം അക്ഷമനായ നഹുഷൻ അഗസ്ത്യമുനിയെ ചാട്ടവാറുകൊണ്ടടിച്ചു. അടികൊണ്ട് പുളഞ്ഞ അഗസ്ത്യമുനി നഹുഷനെ പെരുമ്പാമ്പായി മാറി ഭൂമിയിൽ പതിക്കട്ടെയെന്ന് ശപിച്ചു. സ്വർഗ്ഗത്തിൽ നിന്നും താഴേക്ക് പതിച്ച നഹുഷൻ ഏറെക്കാലം ഭൂമിയിൽ ഇഴഞ്ഞു നടന്നു.

ഒരിക്കൽ തീർഥാടനത്തിനിറങ്ങിയ ഭീമസേനൻ പല പുണ്യ സ്ഥലങ്ങളും സന്ദർശിച്ച ശേഷം ഹിമവൽപ്രദേശത്തെത്തി. ഒരു ഗുഹാമുഖത്തുകൂടി കടന്നുപോയ ഭീമസേനൻ ഒരു പെരുമ്പാമ്പിന്റെ പിടിയിൽ പെട്ടു. ക്ഷണനേരം കൊണ്ടവൻ ഭീമനെ വരിഞ്ഞുമുറുക്കി. ഏറെ ശ്രമിച്ചിട്ടും കരുത്തനായ ഭീമന് പെരുമ്പാമ്പിന്റെ പിടിയിൽ നിന്നും മോചിതനാകാൻ കഴിഞ്ഞില്ല. സംഘർഷത്തിലൂടെ ഒന്നും നേടാനാവില്ലെന്നു

ബോദ്ധ്യപ്പെട്ട ഭീമസേനൻ അനുനയത്തിന്റെ വഴിക്കു വന്നു. പുണ്യസ്നാനം നടത്തിവരുന്ന തനിക്ക് ആരോടും ശത്രുതയില്ലായെന്നും പാണ്ഡുപുത്രനായ എന്നോട് ശത്രുത പുലർത്തുന്നത് എന്തിനാണെന്നും ഭീമൻ പെരുമ്പാമ്പിനോട് ചോദിച്ചു. അഗസ്ത്യ മുനിയുടെ ശാപം നിമിത്തം പെരുമ്പാമ്പായി മാറിയ ചന്ദ്രവംശരാജാവായ നഹുഷനാണ് തന്നെ പിടിച്ചിരിക്കുന്നതെന്ന് ഭീമൻ അറിഞ്ഞു. ഭീമനെ അന്വേഷിച്ച വന്ന യുധിഷ്ഠിരൻ നഹുഷനെ കണ്ടു. ധർമ്മപുത്രരുടെ അനുഗ്രഹം കൊണ്ട് നഹുഷൻ പൂർവരൂപം പ്രാപിച്ചു. സർവ ഐശ്വര്യങ്ങളും പ്രാപ്തമായിട്ടും തൃപ്തനാകാൻ കഴിയാത്ത മനുഷ്യൻ തൃഷ്ണയാകുന്ന പെരുമ്പാമ്പിനാൽ ഗ്രസിക്കപ്പെട്ടവനാണ്. ക്ഷണനേരം കൊണ്ട് അവന് പതനമുണ്ടാകും എന്ന കാര്യം പുണ്യസ്നാനം ചെയ്ത നമ്മെ ഓർമ്മിപ്പിക്കാനെത്തിയ ദൈവദൂതനാണ് പെരുമ്പാമ്പെന്ന് ധർമ്മപുത്രർ ഭീമനോട് പറഞ്ഞു.

എലിയും പൂച്ചയും

വിദിശാ നഗരത്തിനടുത്ത് ഒരു വലിയ പേരാലിൽ നാലു ജീവികൾ വാസമുറപ്പിച്ചിരുന്നു. ഒരു കീരി, ക്രൂമൻ (മൂങ്ങ), പൂച്ച, എലി എന്നിവരായിരുന്നു ആ വൃക്ഷത്തിലെ പ്രമുഖ നിവാസികൾ. പലിതൻ എന്നു പേരുള്ള എലിയും കീരിയും വൃക്ഷ ചുവട്ടിലുള്ള മാളങ്ങളിൽ പാർത്തു. ലോമശൻ എന്ന പൂച്ച മരത്തിന്റെ മധ്യഭാഗത്തായിട്ടാണ് കഴിഞ്ഞിരുന്നത്. ക്രൂമൻ വൃക്ഷത്തലപ്പിൽ താമസമുറപ്പിച്ചു. എലിക്ക് പൂച്ചയും ക്രൂമനും കീരിയും ഭീതി ഉണ്ടാക്കിയിരുന്നു. കൂട്ടത്തിൽ കരുത്തനായ പൂച്ചയെ മറ്റ് മൂന്നുപേരും ഭയന്നു. അടുത്തുള്ള നെൽപ്പാടത്തിൽ വിഹരിക്കുവാൻ നാലു പേർക്കും ഏറെ താല്പര്യമുണ്ടായിരുന്നു. എലി രാത്രി കാലങ്ങളിൽ മാത്രം പൂച്ചയുടെ ശ്രദ്ധയിൽപ്പെടാതെ നെൽപ്പാടത്ത് പൊയ്ക്കൊണ്ടിരുന്നു. എലിയെ പിടിക്കാനുള്ള താല്പര്യത്തോടെ പൂച്ച രാവും പകലും പാടത്ത് കറങ്ങിക്കൊണ്ടിരുന്നു. അവന് മറ്റാരെയും ഭയക്കേണ്ടിയിരുന്നില്ല. പൂച്ചയെ ഭയമായിരുന്നതു കൊണ്ട് ക്രൂമനും കീരിയും എലിയെ പിടിക്കുകയെന്നുള്ള മോഹം ഉള്ളിലൊതുക്കി കഴിഞ്ഞു കൂടി.

നിർഭയനായി രാവും പകലും നെൽപ്പാടത്തിൽ വിഹരിച്ചിരുന്ന പൂച്ച ഒരു ദിവസം രാവിലെ ആകെ കുഴപ്പത്തിലായി. ഏതോ കാട്ടാളൻ അവിടെ വിരിച്ചിരുന്ന വലയിൽ അവൻ അബദ്ധത്തിൽ കുരുങ്ങി. വലയിൽ നിന്ന് രക്ഷപ്പെടുവാൻ അവൻ പരമാവധി ശ്രമിച്ചു. പക്ഷേ, ഫലമുണ്ടായില്ല. കുരുക്ക് കൂടുതൽ മുറുകി. കാട്ടാളൻ ഉടനെയെത്തുമെന്നവനറിയാം. ആ സമയം അവിടെ എത്തിയ എലി തന്റെ ശത്രു കുരുങ്ങിയതു കണ്ട് സന്തോഷിച്ചു. പക്ഷേ, ആ സന്തോഷം അധികനേരം നിലനിന്നില്ല. ക്രൂമനും കീരിയും ഓരോ വഴിയിലൂടെ തന്നെ ആക്രമിക്കാൻ ലക്ഷ്യമിട്ടുവരുന്നത് എലി കണ്ടു. അവർക്ക് ഇനി പൂച്ചയെ പേടിക്കേണ്ടതില്ലല്ലോ? തന്റെ ജീവൻ അപകടത്തിലാണെന്നു കണ്ട എലി ഒരു ബുദ്ധി

പ്രയോഗിച്ചു. അവൻ ഓടിച്ചെന്ന് ക്രമനിൽ നിന്നും കീരിയിൽ നിന്നും എന്നെ സംരക്ഷിക്കുമെന്ന് ഉറപ്പ് തന്നാൽ കാട്ടാളൻ വരും മുൻപ് വലമുറിച്ച് നിന്നെ ഞാൻ രക്ഷപ്പെടുത്താമെന്ന് പൂച്ചയോട് പറഞ്ഞു. പൂച്ച അത് സമ്മതിച്ചു. എലി പൂച്ചയെ കുരുക്കിയിരിക്കുന്ന വല കടിച്ചു മുറിക്കാൻ തുടങ്ങി. പൂച്ച ഉടൻ സ്വതന്ത്രനാകുമെന്ന് കണ്ടപ്പോൾ ക്രമനും കീരിയും പരക്കം പാഞ്ഞു. ശത്രുവായ പൂച്ചക്ക് മോചനത്തിനുള്ള മാർഗ്ഗം ഒരുക്കിയിട്ട് ഉടൻ തന്നെ എലി സ്വന്തം മാളത്തിൽ അഭയം തേടി. പിന്നീട് പലവട്ടം പൂച്ച എലിയോട് ചങ്ങാത്തത്തിന് ശ്രമിച്ചെങ്കിലും എലി അതിന് വഴങ്ങിയില്ല. പൊതുശത്രുവിന്റെ ഭീഷണിയില്ലാത്ത സാഹചര്യത്തിൽ ജന്മശത്രുവിനെ വിശ്വസിക്കേണ്ടതില്ലായെന്നതായിരുന്നു പലിതന്റെ നിലപാട്. കാലഭേദം കൊണ്ട് ശത്രു മിത്രമായി ഭവിക്കുമെന്ന് ഉദാഹരിക്കുന്ന 'കഥാസരിത്സാഗര'ത്തിലെ ഈ കഥയെ അവലംബിച്ചു കൊണ്ട് കുഞ്ചൻനമ്പ്യാർ കവിത രചിച്ചിട്ടുണ്ട്. കാട്ടിൽ പണ്ടു നടന്ന കഥയുടെ പുതുപുത്തൻ പതിപ്പുകൾ നമ്മുടെ നാട്ടിലെ രാഷ്ട്രീയത്തിൽ പലപ്പോഴും കാണാൻ കഴിയുന്നു.

കഥാസരിത്സാഗരം-സോമദേവ്.

ശശാദൻ

മനുവിന്റെ പത്ത് പുത്രന്മാരിൽ ഏറ്റവും മുതിർന്നയാൾ ഇക്ഷ്വാകുവായിരുന്നു. ഇക്ഷ്വാകുവിന് നൂറ് പുത്രന്മാരുണ്ടായി. ഇവരിൽ പ്രമുഖർ ദണ്ഡൻ, വികുക്ഷി, നിമി എന്നിവരായിരുന്നു. ഏറ്റവും മുതിർന്നയാൾ മലകക്ഷൻ അഥവാ വികുക്ഷി ആയിരുന്നു. ഒരിക്കൽ ഒരു ശ്രാദ്ധ കർമ്മത്തിന് മാംസം ആവശ്യമായി വന്നു. മാംസം സംഘടിപ്പിക്കാമെന്നേറ്റ മലകക്ഷൻ എവിടുന്നോ ഒരു മുയലിനെ (ശശത്തെ) പിടികൂടി. ഈ മുയലിനെ കൊന്നിട്ട് അതിന്റെ മാംസം ശ്രാദ്ധ കർമ്മത്തിന് ഉപയോഗിക്കുവാനായി നൽകി. എന്നാൽ മുയൽ മാംസം കണ്ട് കൊതി സഹിക്കാനാകാതെ മലകക്ഷൻ അതിൽ നിന്നല്പമെടുത്ത് ഭക്ഷിച്ചു. ശ്രാദ്ധ കർമ്മത്തിനു മാംസം അർപ്പിക്കേണ്ട സമയമായപ്പോൾ അത് ഭക്ഷ്യാവശിഷ്ടമാണെന്ന് മനസ്സിലായി. പുണ്യകർമ്മത്തിന് കൊണ്ടു വന്ന വസ്തു അശുദ്ധമാക്കിയ മകന്റെ പ്രവൃത്തി ഇക്ഷ്വാകുവിന് അസഹ്യമായിരുന്നു. മൂത്തമകന്റെ കർമ്മദോഷങ്ങൾ കണ്ട് മനം മടുത്ത ഇക്ഷ്വാകു രാജാവ് ഭരണം ഉപേക്ഷിച്ചു. മലകക്ഷന്റെ മനസ്സ് ആസക്തികൾക്ക് അടിപ്പെട്ടിരിക്കുന്നതായി ഗുരു വസിഷ്ഠൻ മനസ്സിലാക്കുകയും അയാൾക്ക് മനഃശുദ്ധി പകർന്നു നല്കുന്നതിനാവശ്യമായ വിദ്യ നല്കുകയും ചെയ്തു. വസിഷ്ഠന്റെ ശിക്ഷണത്തിൽ മനോദൗർബല്യങ്ങളെ മറികടന്ന മലകക്ഷൻ രാജാവായി ചുമതലയേറ്റു. എങ്കിലും ശശമാംസം ഭക്ഷിച്ച മലകക്ഷൻ ശശാദൻ എന്ന പേരിലാണ് അറിയപ്പെട്ടത്.

ദേവീഭാഗവതമനുസരിച്ച് മലകക്ഷന്റെ ശരിയായ പേര് വികുക്ഷി എന്നാണ്. വികുക്ഷിയുടെ വംശത്തിൽ പിറന്ന വിഖ്യാതരായ രാജാക്കന്മാരാണ് ക്രഥൻ, യുവനാശ്വൻ, മാന്ധാതാവ്, മുചുകുന്ദൻ, ത്രിശങ്കു, ഹരിശ്ചന്ദ്രൻ, സഗരൻ, ഭഗീരഥൻ ശ്രീരാമൻ തുടങ്ങിയവർ. നിമിയുടെ വംശത്തിലെ പ്രശസ്തരാണ് മിഥി, ഉദാവസു, സുകേതു, ബൃഹദ്രഥൻ,

ദേവരാതൻ, കീർത്തിരഥൻ, സീരധ്വജൻ (ജനകൻ) തുടങ്ങിയവർ.

ദേവീഭാഗവത പ്രകാരം വികുക്ഷി അയോധ്യയിൽ ഇക്ഷാകു രാജാവിന്റെ നേതൃത്വത്തിൽ നടത്തിയ മഹാപ്രളയ ശ്രാദ്ധത്തിനായി മാംസം ശേഖരിക്കുവാൻ വനത്തിൽ പോയി മാൻ, പന്നി, മുയൽ തുടങ്ങിയ മൃഗങ്ങളെ വേട്ടയാടി കൊണ്ടു വന്നു. നായാട്ട് കഴിഞ്ഞ് മടങ്ങിയ വികുക്ഷിക്ക് കലശലായ വിശപ്പുണ്ടായി. അതു കൊണ്ട് അദ്ദേഹം വഴിയിൽ വച്ച് ഒരു ചെറിയ മുയലിനെ പാചകം ചെയ്തു കഴിച്ചു. അയോധ്യയിലെ കൊട്ടാരത്തിലെത്തിയ വികുക്ഷി ശ്രാദ്ധത്തിനു വേണ്ടതായ മാംസം എത്തിച്ചിരിക്കുന്നതായി ഇക്ഷാകുവിനെ അറിയിച്ചു. അദ്ദേഹം പുത്രനിൽ സംപ്രീതനായി. ശ്രാദ്ധത്തിനായി സംഭരിച്ചിരിക്കുന്ന ദ്രവ്യങ്ങൾ പരിശോധിക്കുന്ന കൂട്ടത്തിൽ കുലഗുരുവായ വസിഷ്ഠൻ വികുക്ഷി കൊണ്ടു വന്ന മാംസവും പരിശോധിച്ചു. കുറച്ച് ഭക്ഷിച്ചതിന് ശേഷമുള്ള മാംസമാണതെന്ന് എങ്ങനെയോ മനസ്സിലാക്കിയ മുനി രാജാവിന്റെ മുൻപിൽ പൊട്ടിത്തെറിച്ചു കൊണ്ട് ഉച്ഛിഷ്ടം ശ്രാദ്ധത്തിന് സ്വീകാര്യമല്ലായെന്ന് പറഞ്ഞു. രാജാവിന് വസിഷ്ഠൻ പറഞ്ഞപ്പോഴാണ് കാര്യങ്ങൾ മനസ്സിലായത്. ക്രുദ്ധനായ ഇക്ഷാകു തന്നെ അപഹാസ്യനാക്കിയ മകനെ രാജ്യത്തു നിന്നും പുറത്താക്കി. വികുക്ഷി വനത്തിൽ ജപവും തപവുമായിക്കഴിഞ്ഞു. കുറെ നാളുകൾക്ക് ശേഷം ഇക്ഷാകു രാജൻ സ്വർഗ്ഗസ്ഥനായ വിവരമറിഞ്ഞ് വികുക്ഷി അയോധ്യയിലെത്തി. തുടർന്ന് അയോധ്യാധിപതി ആയ വികുക്ഷി ശശാദൻ എന്ന പേരിൽ അറിയപ്പെട്ടു. അദ്ദേഹം പുണ്യനദിയായ സരയുവിന്റെ തീരത്ത് ധാരാളം യാഗങ്ങൾ നടത്തി. ഇദ്ദേഹത്തിന്റെ പുത്രനായ കകുൽസ്ഥനും ഏറെ പ്രസിദ്ധനായി.

വികുക്ഷി ചെയ്ത സൽപ്രവൃത്തികളേക്കാളും യാഗങ്ങളേക്കാളുമൊക്കെ അറിയപ്പെട്ടത് അദ്ദേഹം വിശപ്പെന്ന പരമസത്യത്തെ ആദരിച്ച് ഒരു ചെറു ശശത്തെ ഭക്ഷിച്ചുവെന്നതാണ്. ആ ശശത്തിന്റെ അവശിഷ്ടമൊന്നും വികുക്ഷി കൊട്ടാരത്തിൽ കൊണ്ടുവരാൻ ഇടയില്ല. രാജകുമാരന്റെ കൂട്ടത്തിലുണ്ടായിരുന്ന ദോഷൈകദൃക്കായ ആരെങ്കിലും ഒരാൾ ഗുരു വസിഷ്ഠന്റെ ചെവിയിൽ ഈ വൃത്താന്തം എത്തിച്ചിരിക്കും. അങ്ങനെ വികുക്ഷിയുടെ ശക്തിയേക്കാൾ അദ്ദേഹത്തിന്റെ ദൗർബല്യം കൊണ്ടാടപ്പെട്ടു. ഇക്ഷാകുവിന്റെ കാലത്തും ഇരുപത്തി ഒന്നാം നൂറ്റാണ്ടിലും മനുഷ്യന്റെ മനോഗതിയിൽ അടിസ്ഥാനപരമായി വലിയ മാറ്റങ്ങൾ ഒന്നും സംഭവിച്ചതായി കാണുന്നില്ല.

അവലംബം-ശിവപപുരാണം, ദേവീഭാഗവതം

കാളിന്ദിയുടെ പുണ്യം

ഹേമകുണ്ഡൻ നിഷധ രാജ്യനിവാസിയായ ഒരു വൈശ്യനായിരുന്നു. നിത്യവും ജപവും പൂജയുമായൊക്കെ കഴിച്ചുകൂട്ടിയ ഇദ്ദേഹം ഏറെ ധനം സമ്പാദിക്കണമെന്നാഗ്രഹിച്ചു. അതിനായി അയാൾക്ക് പലപ്പോഴും അധർമ്മത്തിന്റെ വഴിയിലൂടെ സഞ്ചരിക്കേണ്ടിവന്നു. അങ്ങനെ ഹേമകുണ്ഡൻ വലിയ ധനാഢ്യനായി. ധാരാളം ധനം കൈവന്നപ്പോൾ അദ്ദേഹം കുറച്ചു ധനം ബ്രാഹ്മണർക്ക് ദാനം ചെയ്തു. വാർദ്ധക്യത്തിലെത്തിയപ്പോൾ അദ്ദേഹം തന്റെ പഴയകാല ജീവിതത്തിലേക്ക് കണ്ണോടിച്ചു. വൈശ്യകുലത്തിൽ പിറന്ന താൻ വ്യാപാരത്തിന്റെ പേരിൽ പലപ്പോഴും കൊള്ളയാണ് നടത്തിയിരുന്നതെന്ന് ഹേമകുണ്ഡന് ബോദ്ധ്യപ്പെട്ടു. അധാർമ്മികമായി നേടിയ ധനം നിലനില്ക്കില്ലായെന്ന് അദ്ദേഹത്തിന് തോന്നി. ചെയ്ത പാപങ്ങളിൽ നിന്നുള്ള മുക്തിക്കായി തന്റെ സ്വത്തിന്റെ ആറിലൊന്നു ഭാഗം സാധുക്കൾക്ക് ദാനം ചെയ്യുവാൻ അദ്ദേഹം തയ്യാറായി. ബാക്കി കുടുംബസ്വത്ത് രണ്ട് ആൺമക്കൾക്കായി കൊടുത്തു. ജീവിക്കാനാവശ്യമായ സമ്പത്ത് കൈവശമുള്ള നിങ്ങൾ ധർമ്മത്തിന്റെ വഴി മറക്കാതെ ജീവിക്കണമെന്ന് ഉപദേശിച്ചിട്ട് ഹേമകുണ്ഡൻ വനത്തിൽ പോയി തപസ്സു ചെയ്തു. അദ്ദേഹത്തിന്റെ മക്കളായ ശ്രീകുണ്ഡലനും വികുണ്ഡലനും യുവാക്കളായിരുന്നു. ജീവതം ഒരിക്കലേയുള്ളു, അത് പരമാവധി ആസ്വദിക്കണം എന്നുള്ളതായിരുന്നു ഇരുവരുടേയും സിദ്ധാന്തം. അദ്ധ്വാനിക്കാതെ കൈവന്ന പണം അവർ മദ്യത്തിനും മദിരാക്ഷിക്കുമായി യഥേഷ്ടം ചെലവഴിച്ചു. അവരുടെ ധനസ്ഥിതിയിൽ ആകൃഷ്ടരായ കുറെ അധികം ആളുകൾ അവരുടെ സേവകരും സുഹൃത്തുക്കളുമായി. അത്തരം ആളുകൾ ഇരുവരുടേയും കുത്തഴിഞ്ഞ ജീവിതത്തെ അങ്ങേയറ്റം പ്രോത്സാഹിപ്പിച്ചു. അങ്ങനെ വലിയ സമ്പന്നരായിരുന്ന അവർ പെട്ടെന്ന് ദരിദ്രരായി.

സുഹൃത്തുക്കളും സേവകരുമൊക്കെ അവരിൽ നിന്നും ഓടിയകന്നു. ക്രമേണ അവർക്ക് നിത്യവൃത്തിക്ക് ഗതിയില്ലാതെയായി. ചെറിയ മോഷണമൊക്കെ നടത്തി കുറച്ചു കാലം മുൻപോട്ടു പോയി. മോഷണങ്ങൾ പിടിക്കപ്പെട്ടതോടെ നാട്ടിൽ നില്ക്കാൻ പറ്റാത്ത അവസ്ഥയായി. ഗത്യന്തരമില്ലാതെ ഇരുവരും കാട്ടിൽ അഭയം പ്രാപിച്ചു. കാളിന്ദിയാറിന്റെ തീരത്തവർ കുടിൽ കെട്ടി താമസിച്ചു. കാട്ടുമൃഗങ്ങളെ വേട്ടയാടിയും കായ്കനികൾ ഭക്ഷിച്ചും കുറെക്കാലം മുൻപോട്ടുപോയി. ഒരു ദിവസം നായാട്ടിനിറങ്ങിയ ശ്രീകുണ്ഡലനെ ഒരു കടുവ ആക്രമിച്ച് കൊന്നു. വികുണ്ഡലന് അതേ ദിവസം സർപ്പദംശനമേറ്റു. അങ്ങനെ സഹോദരരിരുവരും ഒരേ ദിവസം മരിച്ചു. യമദൂതന്മാർ ഇരുവരേയും യമധർമ്മന്റെ മുമ്പാകെ എത്തിച്ചു. പാപികളായ ഇരുവരും നരകജീവിതത്തിന് തയ്യാറായിരുന്നു. യമധർമ്മന്റെ കല്പനയനുസരിച്ച് ശ്രീകുണ്ഡലനെ യമദൂതൻ നരകത്തിലേക്ക് കൊണ്ടു പോയി. വികുണ്ഡലനെ സ്വർഗ്ഗത്തിലേക്കാണ് കൊണ്ടുപോയത്. പാപികളുടെ രാജാവായ തനിക്ക് സ്വർഗ്ഗമോ? വികുണ്ഡലനത് വിശ്വസിക്കാനായില്ല. അയാൾ അതിനെപ്പറ്റി യമദൂതനോടു തന്നെ ചോദിച്ചു. യമദൂതൻ വികുണ്ഡലനോട് രണ്ട് കാര്യങ്ങൾ ചോദിച്ചു- താങ്കൾ കാളിന്ദിയാറിന്റെ തെക്കേക്കരയിൽ താമസിച്ചിരുന്ന മഹാജ്ഞാനിയായ ബ്രാഹ്മണനുമായി സൗഹൃദം സ്ഥാപിച്ചിരുന്നല്ലേ? താങ്കൾ മാഘമാസക്കാലത്ത് രണ്ട് പ്രാവശ്യം സർവ പാപനാശിനിയായ കാളിന്ദീ തീർഥത്തിൽ മുങ്ങിക്കുളിച്ചിരുന്നില്ലേ? ഒന്നാമത്തെ സ്നാനം കൊണ്ട് താങ്കൾ പാപ്മുക്തനായി. രണ്ടാമത്തേതുകൊണ്ട് സ്വർഗ്ഗപ്രാപ്തിയുണ്ടായി.

മാഘമാസത്തിന്റെ (മകരം-കുംഭം) പ്രാധാന്യത്തെപ്പറ്റി ഇക്കഥയിൽ ശക്തമായ സൂചനയുണ്ട്. പുണ്യതീർഥങ്ങളിൽ സ്നാനം ചെയ്യുവാൻ ഏറ്റവും നല്ലത് മാഘമാസമാണെന്ന് പലയിടത്തും പറയുന്നു. മാഘമാസത്തിൽ പ്രയാഗിൽ സ്നാനം ചെയ്യുവാൻ കഴിയുന്നവർക്ക് സകല പാപങ്ങളിൽ നിന്നും മുക്തരാകാൻ കഴിയുമെന്ന് മഹാഭാരതം അനുശാസനപർവം ഇരുപത്തി അഞ്ചാംഅധ്യായം മുപ്പത്തിയേഴാം പദ്യത്തിൽ പറയുന്നു. മാഘമാസത്തിലെ ദ്വാദശിയിൽ ഉപവസിച്ച് ശ്രീകൃഷ്ണനെ സേവിച്ചാൽ രാജസൂയ യജ്ഞത്തിന്റെ ഫലം ലഭിക്കുമെന്നും പറയുന്നു. കേരളീയരും മാഘമാസത്തിന് പ്രാധാന്യം കല്പിച്ചിരുന്നു. മാഘമാസത്തിലെ വെളുത്ത പക്ഷത്തിൽ വരുന്ന മകം നക്ഷത്രവുമായി ബന്ധപ്പെട്ട ഉത്സവമായി മാമാങ്കത്തെ വ്യാഖ്യാനിക്കാറുണ്ട്. തിരൂർ താലൂക്കിൽ ഭാരതപ്പുഴയുടെ തീരത്ത് തിരുനാവായ ശിവക്ഷേത്രത്തിന്റെ പടിഞ്ഞാറേ ഗോപുരത്തിൽ നിന്ന് ആരംഭിക്കുന്ന വിശാലമായ

രാജപാതയിൽ മാഘമാസത്തിലെ വെളുത്ത വാവ് മുതൽ പന്ത്രണ്ട് ദിവസത്തേക്ക് അഖിലകേരള അടിസ്ഥാനത്തിൽ നാട്ടുവാഴികളുടേയും ഇടപ്രഭുക്കന്മാരുടേയും സമ്മേളനം നടക്കുക പതിവായിരുന്നു.

അവലംബം - പത്മപുരാണം- ആദിഖണ്ഡം മുപ്പതാം അധ്യായം.

ശരണാഗതൻ

ശരണാഗതന് അഭയം നല്കണമെന്നത് പണ്ടു തൊട്ട് ഭാരതീയന്റെ ശീലത്തിലുള്ളതാണ്. അതവന്റെ സംസ്കാരമാണ്. അതിഥിദേവോ ഭവ: എന്നത് അതിനോട് ചേർത്തുവയ്ക്കാവുന്ന ഒരു ആശയമാണ്. ശരണാഗതരും അതിഥികളുമൊക്കെ ക്രമേണ ഇവിടെ ഉടയവരായി മാറാൻ ശ്രമിച്ചിട്ടുണ്ട്. എങ്കിലും ഭാരതീയൻ സ്വന്തം അടിസ്ഥാന പ്രമാണങ്ങളിൽ ഉറച്ചു നില്ക്കുന്നു. തലമുറകളായി കൈമാറി വരുന്ന ഈ സംസ്കാരത്തെ സൂചിപ്പിക്കുന്ന ഒരു കഥ ഏറെ ശ്രദ്ധേയമാണ്.

ഒരു വേടൻ നായാട്ട് നടത്തി വരികയായിരുന്നു. പല മൃഗങ്ങളെ കീഴ്പ്പെടുത്തിയ അവൻ അവസാനം ക്ഷീണിതനും നിരായുധനുമായി. അപ്പോൾ അയാൾ ഒരു കടുവയുടെ മുമ്പിൽപെട്ടു. കടുവയെ നേരിടുവാനുള്ള കരുത്ത് അവനില്ലായിരുന്നു. കടുവ അയാളുടെ മേൽ ചാടി വീണു. ഏതു വിധേനയും പ്രാണൻ രക്ഷിക്കാനുള്ള തത്രപ്പാടിനിടയിൽ അയാൾ അടുത്തു കണ്ട മരത്തിൽ കയറിപ്പറ്റി. കടുവയിൽ നിന്നും രക്ഷപ്പെട്ടല്ലോയെന്ന് ഓർത്ത് അയാൾ മരക്കൊമ്പിൽ വിശ്രമിക്കാൻ തീരുമാനിച്ചു. അപ്പോഴാണ് താനിരിക്കുന്ന മരത്തിൽ ഒരു കരടിയും ഇരിക്കുന്നതായി വേടൻ കണ്ടത്. താഴെ തന്റെ ജീവനെടുക്കാൻ വെമ്പി നിൽക്കുന്ന കടുവ. സമീപത്ത് ക്രൂരനായ കരടി. തന്റെ ജീവിതം അവസാനിക്കാൻ പോകുന്നതായി വേടന് ബോധ്യപ്പെട്ടു. പക്ഷേ, കരടി അയാളെ ആക്രമിച്ചില്ല. അപ്പോൾ കടുവ പറഞ്ഞു-'' ഈ വേടൻ എന്റെയും നിന്റെയും മാത്രമല്ല, ഈ വനത്തിന്റെ പൊതു ശത്രുവാണ്. എത്രയോ പാവം മൃഗങ്ങളെ ഇവൻ കൊന്നിരിക്കുന്നു. ഇവൻ ജീവിച്ചിരിക്കുന്നത് ഈ കാടിന്റെ നിലനില്പിനു തന്നെ കടുത്ത ഭീഷണിയാണ്.'' സുഹൃത്തേ, താങ്കൾ പറഞ്ഞതൊക്കെ ശരിയാണ്. പക്ഷേ, ഇവനിപ്പോൾ എന്റെ

അതിഥിയാണ്, ശരണാർഥിയാണ്. ഇവനെ ഞാൻ ഉപദ്രവിക്കില്ല. കരടി തന്റെ നിലപാട് വ്യക്തമാക്കി. കടുവയ്ക്ക് ദേഷ്യം വന്നു. ധർമ്മത്തിന്റെ പേരുപറഞ്ഞ് ഈ ദുഷ്ടനെ നീ സംരക്ഷിക്കാൻ ശ്രമിക്കുന്നത് നിഷ്കളങ്കരായ നിരവധി ജീവികളെ കുരുതി കൊടുക്കുന്നതിന് തുല്യമാണ്. അതിഥി ധർമ്മമോർത്താണ് നിന്റെ വേവലാതിയെങ്കിൽ അവനെ മരത്തിൽ നിന്നും താഴേക്ക് തള്ളിയിടുക. അപ്പോഴവൻ എന്റെ അതിഥിയാകും. അവനെ ഞാൻ യഥാവിധി സേവിച്ചു കൊള്ളാം. കരടി അതിഥി ദേവോ ഭവ എന്ന തന്റെ നിലപാടിൽ ഉറച്ചു നിന്നു. ഏറെ നേരം കടുവയുമായി തർക്കിച്ച ശേഷം ക്ഷീണിതനായ കരടി ഒന്നു മയങ്ങി. അപ്പോൾ കടുവ വേടനോടു പറഞ്ഞു- കരടിയെ താഴേക്ക് തള്ളിയിട്ട് തരാമെങ്കിൽ ഞാൻ നിങ്ങളെ ഉപദ്രവിക്കുകയില്ല. വേടൻ കടുവ പറഞ്ഞതുപോലെ പ്രവർത്തിക്കാൻ തയ്യാറായി. അപ്പോൾ കരടി ഉറക്കം ഉണർന്നു."നീ പ്രാണരക്ഷ നടത്തി സംരക്ഷിച്ചിരുന്ന ഈ വേടൻ നിന്റെ പ്രാണനെടുക്കാൻ തയ്യാറായ കാര്യം നിനക്ക് ബോധ്യപ്പെട്ടല്ലോ? മിത്രഘാതകനാകാൻ ഒരു മടിയുമില്ലാത്ത ഈ പാപിയെ ഇനിയെങ്കിലും നീ സംരക്ഷിക്കാതിരിക്കുക, അവനെ എനിക്ക് വിട്ട് തരിക." നിങ്ങൾ പറഞ്ഞതൊക്കെ ശരിയായിരിക്കാം. അയാൾ സ്വന്തം ധർമ്മമാകാം അനുഷ്ഠിക്കുന്നത്. അതിന്മേൽ എനിക്ക് ഒരു നിയന്ത്രണവുമില്ല. പക്ഷേ, ആതിഥേയനായ ഞാൻ എന്റെ ധർമ്മം വെടിയുന്ന പ്രശ്നമില്ല. ഭീഷണികൾക്കോ, പ്രലോഭനങ്ങൾക്കോ എന്റെ മനസ്സിനെ വ്യതിചലിപ്പിക്കാനാവില്ല. കരടിയുടെ ധർമ്മനിഷ്ഠക്ക് മുൻപിൽ കടുവക്ക് മുട്ടുമടക്കേണ്ടി വന്നു.

അവലംബം- വാത്മീകിരാമായണം-യുദ്ധകാണ്ഡം.

ശരഭൻ

കനകശിപുവും കനകാക്ഷനും (ഹിരണ്യകശിപുവും ഹിരണ്യാക്ഷനും) ദിതിയുടെ മക്കളായിരുന്നു. ഇരുവരും ദേവന്മാരെ ഭയവിഹ്വലരാക്കിയിരുന്നു. കനകശിപുവിന്റെ നാല് മക്കളിൽ ഒരാളായ പ്രഹ്ളാദൻ വലിയ വിഷ്ണുഭക്തനായി മാറി. അച്ഛന്റെ ഇച്ഛക്കും ആജ്ഞക്കും വിരുദ്ധമായി പ്രഹ്ളാദൻ വിഷ്ണുഭക്തിയുടെ പ്രചാരകനായി മാറി. നിരവധി സഹപാഠികളേയും സുഹൃത്തുക്കളേയും വിഷ്ണുഭക്തിയിലേക്ക് ആകർഷിക്കാൻ പ്രഹ്ളാദന് കഴിഞ്ഞു. കനകശിപു പലതരത്തിൽ തന്റെ പുത്രനെ തിരുത്താൻ ശ്രമിച്ചു. അതിനായി ചതുരുപായങ്ങൾ പ്രയോഗിച്ചു. എല്ലാരീതിയിലും പ്രഹ്ളാദന്റെ മുൻപിൽ പരാജയപ്പെട്ട കനകശിപു നിരാശനും ക്രുദ്ധനുമായി. ഊരിയ വാൾ ഉയർത്തിപിടിച്ചു കൊണ്ട് അച്ഛൻ മകനോട് ചോദിച്ചു- 'എവിടെ നിന്റെ വിഷ്ണു.' എന്റെ വിഷ്ണു വ്യാപനശീലം ഉള്ളവനാണ്. അവിടുന്ന് തൂണിലും തുരുമ്പിലും കുടികൊള്ളുന്നു."എങ്കിൽ ഈ തൂണിന് വെളിയിൽ വരട്ടെ'' എന്ന് പറഞ്ഞ് അടുത്തു കണ്ട തൂണിൽ കനകശിപു ആഞ്ഞു വെട്ടി. തൂൺ പിളർന്ന് പുറത്തു വന്ന ഉഗ്രമൂർത്തിയായ നരസിംഹം കനകശിപുവിനെ വധിച്ചു. അതിനുശേഷവും നരസിംഹമൂർത്തി ശാന്തനായില്ല. ക്രുദ്ധനായ നരസിംഹമൂർത്തിയെ കണ്ട ദേവന്മാർ ഭയന്നുവിറച്ചു. അവസാനം പരമശിവൻ നരസിംഹമൂർത്തിയെ ശാന്തനാക്കാനുള്ള ദൗത്യവുമായി വീരഭദ്രനെ അയച്ചു. നരസിംഹം വീരഭദ്രന്റെ വാക്കുകളെ മാനിച്ചില്ല. കോപിഷ്ഠനായ വീരഭദ്രനും ഉഗ്രരൂപം ധരിച്ചു. ഇരുവരും തമ്മിൽ വാക്കേറ്റം ഉണ്ടായി. താങ്കൾ വിഷ്ണുവിന്റെ അവതാരമാണെന്നെനിക്കറിയാം. എന്നാൽ താങ്കൾ പ്രകൃതിയും ശിവൻ പുരുഷനുമാണെന്ന കാര്യം മറക്കേണ്ട. ശിവന്റെ വീര്യം ധരിച്ചതു കൊണ്ടാണല്ലോ വിഷ്ണുവിന്റെ നാഭിയിൽ സൃഷ്ടികർത്താവിന് ഇരുപ്പിടമായി കമലം വിരിഞ്ഞത്. ക്രുദ്ധനായ

നരഹരി വീരഭദ്രനെ കശക്കി എറിയാനായി ചാടി വീണു. പക്ഷേ, വീരഭദ്രൻ ആകാശത്തെവിടെയോ മറഞ്ഞു. ആകാശത്ത് അഗ്നി പ്ര കടമായി. ആകാശത്ത് അത്ഭുതകരമായ ഒരു രൂപം പ്രത്യക്ഷപ്പെട്ടു. മൃഗത്തിന്റെയും പക്ഷിയുടെയും സമ്മിശ്ര സ്വരൂപം അവിടെ കാണ പ്പെട്ടു. ശരഭം എന്നറിയപ്പെട്ട ശിവന്റെ ഈ അവതാരത്തിന്റ പകുതി സിംഹത്തെപ്പോലെയിരുന്നു. ഇരുചിറകുകളോടു കൂടിയ ശരഭത്തിന് പക്ഷിയുടെപോലുള്ള ചുണ്ടുകളുണ്ടായിരുന്നു. മസ്തകത്തിൽ ജടയും ചന്ദ്രക്കലയുമുണ്ടായിരുന്നു. ആയിരം കൈകളിലായുള്ള കൂർത്തുമൂത്ത നഖങ്ങളും നീണ്ട പല്ലുകളുമല്ലാതെ മറ്റായുധങ്ങളൊന്നും ഉണ്ടായിരുന്നില്ല. നരസിംഹം പരമശിവന്റെ ശരഭാവതാരത്തോട് കലഹിക്കാൻ നിന്നില്ല.

അവലംബം-ശിവപുരാണം.

തേജോവധം

മദ്രനരേശനും മഹാരഥനുമായ ശല്യർക്ക് യുദ്ധം എന്നും ഒരു ലഹരിയായിരുന്നു. മഹത്തായ കുരുക്ഷേത്ര യുദ്ധം സമാഗതമായപ്പോൾ സഹോദരീപുത്രന്മാരായ പാണ്ഡവരോടൊപ്പം പടവെട്ടാമെന്ന് വിചാരിച്ച് വീരക്ഷത്രിയനായ ശല്യർ ഒരു വൻ പടയോടുകൂടി മദ്രദേശത്തു നിന്നും തിരിച്ചു. ഇദ്ദേഹം പാണ്ഡവരുമായി സന്ധിക്കുന്നതിന് മുമ്പ് ദുര്യോധനനും കൂട്ടരും അദ്ദേഹത്തെയും സൈന്യത്തെയും സ്വീകരിച്ച് സൽക്കരിച്ചു. ഇതിനിടയിൽ ദുര്യോധനൻ തന്റെ പക്ഷങ്ങളൊക്കെ ശല്യരുടെ മുമ്പാകെ നിരത്തിയിട്ടുണ്ടാവണം. എന്തായാലും ദുര്യോധനനെ അടുത്തറിയാൻ കഴിഞ്ഞപ്പോൾ ശല്യർ യുദ്ധത്തിൽ അദ്ദേഹത്തിനനുകൂലമായ നിലപാടെടുത്തു. എന്നാൽ സ്വന്തം അനന്തിരവർക്കെതിരെ ആയുധമെടുത്തതിൽ അദ്ദേഹത്തിന് കുണ്ഠിതമുണ്ടായി. ദുര്യോധനന്റെ അപേക്ഷ മാനിച്ച് കർണ്ണന്റെ തേരാളിയാകേണ്ടി വന്നപ്പോൾ അദ്ദേഹത്തിന് കുറ്റബോധവും വിഷാദവുമൊക്കെയുണ്ടായി. സ്വന്തം ക്ഷത്രിയത്വത്തിന്റെ പേരിൽ ഏറെ അഭിമാനിച്ചിരുന്ന ശല്യർക്ക് ഒരു സൂതന്റെ തേരാളിയാകേണ്ടി വന്നതിൽ ഏറെ അമർഷമുണ്ടായിരുന്നു. മാത്രമല്ല, ഇദ്ദേഹത്തിന് കർണ്ണനോട് പകയും വിരോധവും ഉണ്ടായിരുന്നു. ഹസ്തിനപുരത്തിനുവേണ്ടി ദിഗ്വിജയം നടത്താൻ ഇറങ്ങി പുറപ്പെട്ട കർണ്ണൻ പലരാജ്യങ്ങളും കീഴ്പ്പെടുത്തി മുന്നേറി വന്ന് ശല്യരുടെ മദ്രരാജ്യത്തെയും ആക്രമിച്ചു. കർണ്ണന്റെ 'ജൈത്രരഥം' നയിച്ചിരുന്നത് കർണ്ണപത്നിയായ വൃഷാലിയുടെ സഹോദരൻ സത്യസേനനായിരുന്നു. കർണ്ണന്റെ സഹോദരനും രാധേയനുമായ ശോണൻ ഉപസേനാപതിയായിരുന്നു. പുരുഷ്നി നദിയുടെ തീരത്തെത്തിയ കർണ്ണന്റെ സൈന്യത്തെ ശല്യർ സമർത്ഥമായി നേരിട്ടു. മൂന്ന് ദിവസം യുദ്ധം ചെയ്തിട്ടും നദിക്കക്കരെയുള്ള മദ്ര തലസ്ഥാനമായ ശാകലത്തെത്തുവാൻ കർണ്ണന് സാധിച്ചില്ലായെന്ന് മാത്രമല്ല, സ്വന്തം സൈന്യത്തിന് കനത്ത നാശനഷ്ടങ്ങൾ ഉണ്ടാവുകയും ചെയ്തു. സൂതന്മാർക്ക്

ക്ഷത്രിയരെ യുദ്ധത്തിൽ തോല്പിക്കാൻ കഴിയില്ലായെന്നു പറയുന്ന ശല്യരുടെ സന്ദേശം കർണ്ണന് ലഭിച്ചു. തുടർന്ന് യുദ്ധ തന്ത്രത്തിൽ വേണ്ട മാറ്റങ്ങൾ വരുത്തിയ കർണ്ണന് അധികം താമസിയാതെ ശല്യരെ കീഴ്പ്പെടുത്താൻ കഴിഞ്ഞു. ക്ഷത്രിയനായ തനിക്ക് സൂതന്റെ മുമ്പാകെ പരാജയം നേരിട്ടത് വലിയ അപമാനമായി ശല്യർക്ക് തോന്നുകയും പകരം വീട്ടുവാനുള്ള അവസരത്തിനായി കാത്തിരിക്കുകയും ചെയ്തു. കുരുക്ഷേത്രത്തിൽ രണ്ടുപേരും ഒരേ പക്ഷത്തുനിന്നാണല്ലോ യുദ്ധം ചെയ്തത്. കർണ്ണനെ എതിർക്കാൻ അവസരം കിട്ടാത്തതിൽ നിരാശ പൂണ്ട ശല്യർക്ക് അവസാനം കർണ്ണന്റെ സാരഥിയാകേണ്ടിയും വന്നു. സാരഥിയായ തനിക്ക് രഥിയുടെ മുൻപാകെ പരിപൂർണ്ണമായ അഭിപ്രായ സ്വാതന്ത്ര്യം ഉണ്ടാകുമെന്ന വ്യവസ്ഥ അദ്ദേഹം മുൻപോട്ട് വച്ചിരുന്നു. ഈ സ്വാതന്ത്ര്യം ഉപയോഗിച്ച് ശല്യർ കർണ്ണനെ തേജോവധം ചെയ്തു കൊണ്ടിരുന്നു. സാരഥിയുടെ പദവിയിലിരുന്നുകൊണ്ട് കർണ്ണന്റെ ശൗര്യത്തെ കെടുത്തി കൊള്ളാമെന്ന് ശല്യർ ധർമ്മപുത്രർക്ക് വാക്ക് കൊടുത്തു. ശത്രുവിനെ ഒടുക്കുന്നതിനേക്കാൾ കൂടുതൽ ആയാസപ്പെട്ട് കർണ്ണന് സ്വന്തം സാരഥിയെ ഒതുക്കേണ്ടി വന്നു.

അർജ്ജുനനെ ഉൾപ്പെടെയുള്ള ശത്രുക്കളെ വധിക്കുമെന്നു പറഞ്ഞ കർണ്ണനെ ശല്യർ ക്രൂരമായി പരിഹസിച്ചു. നിരന്തരം പാണ്ഡവരുടെ അപദാനങ്ങൾ വാഴ്ത്തിക്കൊണ്ടിരുന്ന ശല്യർ കർണ്ണന്റെ മനസ്സിനെ അസ്വസ്ഥമാക്കിക്കൊണ്ടിരുന്നു. കർണ്ണനെ പരിഹസിക്കാനായി ശല്യർ പറഞ്ഞ നിരവധി കഥകളിൽ ഒന്ന് ഒരു കാക്കയെക്കുറിച്ചാണ്. ധനികരായ വൈശ്യ കുടുംബത്തെ ആശ്രയിച്ച് ഒരു കാക്ക വളർന്നു വന്നു. ആ കുടുംബത്തിന്റെ എച്ചിൽ തിന്നു കൊഴുത്ത അവൻ വലിയ അഹങ്കാരിയായി. തന്റെ മുൻപിൽ ഹംസങ്ങൾ ഒന്നുമല്ലെന്നും പറക്കുന്ന കാര്യത്തിൽ അവർക്കെന്നോട് മത്സരിക്കാൻ കഴിയില്ലെന്നും കാക്ക പറഞ്ഞു. ഒരിക്കൽ ഒരു ഹംസവുമായി അവൻ പന്തയത്തിൽ ഏർപ്പെട്ടു. തനിക്ക് നൂറ് തരത്തിൽ പറക്കാൻ കഴിയുമെന്ന് കാക്ക അവകാശപ്പെട്ടു. പന്തയമത്സരത്തിന്റെ ഭാഗമായി ഇരുവരും കടലിന് മുകളിലൂടെ പറന്നു. ആവേശത്തിൽ കുറെ നേരം പറന്ന കാക്ക അവസാനം തളർന്ന് കടലിൽ വീണു. ഹംസം അവന്റെ ജീവൻ രക്ഷിച്ചു. ഹംസത്തിന്റ ചിറകിലേറി അവൻ സ്വന്തം നാട്ടിലെത്തി. കർണ്ണാ, കൗരവരുടെ കനിവുകൊണ്ട് വളർന്നുവന്ന നീ ആ കാക്കയിൽ നിന്നും ഒട്ടും ഭിന്നനല്ല. ക്രുദ്ധനായെങ്കിലും ശല്യർക്കെതിരെ ഒന്നും ചെയ്യുവാൻ കർണ്ണന് കഴിയുമായിരുന്നില്ല. എല്ലാ അപമാനവും സഹിച്ച് അദ്ദേഹം യുദ്ധം ചെയ്തുകൊണ്ടിരുന്നു.

(കർണ്ണപർവം- നാല്പത്തി ഒന്നാം അധ്യായം)

പൗരുഷം മാറ്റിയെടുക്കാം.

കാശീ രാജാവിന്റെ പുത്രിമാരായ അംബ, അംബിക, അംബാലിക എന്നിവരുടെ സ്വയംവരത്തിന് ഹസ്തിനപുര രാജാവായ വിചിത്രവീര്യൻ ക്ഷണിക്കപ്പെട്ടില്ല. ഇത് അപമാനകര മായി തോന്നിയതിന്റെ പേരിൽ ഭീഷ്മർ സ്വയംവരമണ്ഡപത്തിലെത്തി സർവരേയും വെല്ലുവിളിച്ചുകൊണ്ട് രാജപുത്രിമാരെ മൂന്നുപേരെയും വിചിത്രവീര്യനു വേണ്ടി താൻ കൊണ്ടുപോകുകയാണെന്ന് പ്രഖ്യാപിച്ചു. സാല്വരാജൻ ഉൾപ്പെടെയുള്ള കുറച്ച് രാജാക്കന്മാർ ഭീഷ്മരെ ചെറുക്കാൻ ശ്രമിച്ചുവെങ്കിലും അവർ ദയനീയമായി പരാജയപ്പെട്ടു. ഭീഷ്മരോടൊപ്പം ഹസ്തിനപുരത്തെത്തിയപ്പോൾ താൻ സാല്വനരേശനെ മനസ്സാ വരിച്ചിരുന്ന കാര്യം അംബ ഭീഷ്മരെ അറിയിച്ചു. ഭീഷ്മർ അംബയെ സാല്വന് അടുത്തേക്ക് അയച്ചു. പരസ്യമായി ഭീഷ്മരുടെ കരം ഗ്രഹിച്ചതു കാരണം സാല്വൻ അംബയെ പത്നിയായി സ്വീകരിച്ചില്ല. ഭീഷ്മരുടെ അരികിൽ തിരിച്ചെത്തിയ അംബ തന്നെ പത്നി ആയി സ്വീകരിക്കണമെന്ന് അദ്ദേഹത്തോടാവശ്യപ്പെട്ടു. ആവശ്യം നിരസിക്കപ്പെട്ടപ്പോൾ അംബ ഭീഷ്മരുടെ ഗുരുവായ പരശുരാമന്റെ സഹായം തേടി. അംബയെ പത്നി ആയി സ്വീകരിക്കുവാൻ പരശുരാമൻ ഭീഷ്മരോടാവശ്യപ്പെട്ടു. ഭീഷ്മർ വഴങ്ങാതെ വന്നപ്പോൾ ഇരുവരും തമ്മിൽ യുദ്ധം ആരംഭിച്ചു. നീണ്ടയുദ്ധത്തിൽ ഗുരുവായ പരശുരാമന് വിജയിക്കാനായില്ല. പരശുരാമൻ ഇടപെട്ട് തനിക്ക് നീതി ലഭ്യമാക്കുമെന്ന പ്രതീക്ഷ അസ്തമിച്ചതോടെ അംബ ഭീഷ്മരെ വധിക്കുമെന്ന് പ്രതിജ്ഞ ചെയ്തിട്ട് ആത്മാഹുതി നടത്തി.

പാഞ്ചാല നരേശനായ ദ്രുപദർ പുത്രപ്രാപ്തിക്കായി പരമശിവനെ തപസ്സ് ചെയ്തു. ശിവൻ പ്രത്യക്ഷപ്പെട്ട് നിനക്ക് ഒരു പുത്രിയുണ്ടാവുകയും കാലാന്തരത്തിൽ അവൾ പുരുഷനായി മാറുകയും ചെയ്യുമെന്ന്

രാജാവിനെ അനുഗ്രഹിച്ചു. രാജാവിന് പിറന്ന പുത്രിക്ക് ശിഖണ്ഡിനി എന്ന് പേരിട്ടെങ്കിലും അവളെ പുത്രനെപ്പോലെയാണ് വളർത്തിയത്. ശിഖണ്ഡിനിയെ എല്ലാവരും ശിഖണ്ഡി എന്ന് വിളിക്കാൻ തുടങ്ങി. യൗവനാവസ്ഥയിൽ ഹിരണ്യവർമ്മാവിന്റെ പുത്രിയുമായി അവന്റെ വിവാഹവും നടത്തി. വിവാഹാനന്തരം ശിഖണ്ഡിയെ സംബന്ധിച്ചുള്ള രഹസ്യം മകൾ മുഖേന ഹിരണ്യവർമ്മാവറിഞ്ഞു. തന്റെ വംശത്തെ ചതിച്ച ദ്രുപദനെതിരെ ഹിരണ്യവർമ്മാവ് യുദ്ധത്തിന് തയ്യാറായി. പൊതു സമൂഹത്തിനു മുമ്പാകെ ദ്രുപദനും ശിഖണ്ഡിയും അപഹാസ്യരായി. ഭഗവാൻ പരമശിവനിലുള്ള വിശ്വാസം കൊണ്ടാണ് ദ്രുപദർ ഇപ്രകാരം പ്രവർത്തിച്ചത്. അപമാനഭാരം നിമിത്തം ശിഖണ്ഡി കൊട്ടാരം വിട്ട് തപസ്സ് ചെയ്യുവാനായി വനത്തിലേക്ക് പോയി. അവിടെ വച്ച് ശിഖണ്ഡി സ്ഥൂലാകർണ്ണൻ എന്ന യക്ഷനെ കണ്ടുമുട്ടി. ശിഖണ്ഡിയുടെ വിവാഹം കാരണം രണ്ട് രാജ്യങ്ങൾ തമ്മിൽ ഏറ്റുമുട്ടൽ ഉണ്ടാകാൻ പോകുന്നതായി അറിഞ്ഞ യക്ഷൻ പ്രശ്നത്തിലിടപെട്ടു. തന്റെ പുരുഷത്വം കുറച്ചു കാലത്തേക്ക് ഗന്ധർവൻ ശിഖണ്ഡിക്ക് കൈമാറി. ശിഖണ്ഡി ഈ വിവരം മാതാപിതാക്കളെ അറിയിച്ചു. ഇതിനിടയിൽ ദ്രോണശിഷ്യനായ വീരപുരുഷനാണ് ശിഖണ്ഡിയെന്ന് ഹിരണ്യവർമ്മാവ് മനസ്സിലാക്കി. മരുമകനെപ്പറ്റി കൂടുതലറിഞ്ഞപ്പോൾ മകൾ പറഞ്ഞത് നുണയാണെന്ന് അദ്ദേഹത്തിന് തോന്നി.തുടർന്ന് ദ്രുപദരുമായി അദ്ദേഹം ബന്ധം പുന:സ്ഥാപിച്ചു.

യക്ഷന്മാരുടെ രാജാവായ കുബേരൻ സ്ഥൂലാകർണ്ണന്റെ ഭവനത്തിലെത്തി. സ്ത്രീ രൂപിയായ സ്ഥൂലാകർണ്ണൻ ലജ്ജ കാരണം കുബേരന്റെ മുമ്പിൽ വരികയോ അദ്ദേഹത്തിന് ഉചിതമായ സ്വീകരണം നല്കുകയോ ചെയ്തില്ല. കുപിതനായ കുബേരൻ ശിഖണ്ഡി ജീവിച്ചിരിക്കുന്നിടത്തോളം കാലം നീ സ്ത്രീയായി തുടരട്ടെ എന്ന് ശപിച്ചു. ആ ശാപം ശിഖണ്ഡിക്ക് അനുഗ്രഹമായി ഭവിച്ചു. അംബയുടെ പുനർജന്മമായ ശിഖണ്ഡിയെ മുൻ നിർത്തി നടത്തിയ യുദ്ധത്തിൽ അർജ്ജുനൻ ഭീഷ്മരെ വീഴ്ത്തി. അംബയുടെ പ്രതിജ്ഞ നിറവേറി.

മഹാഭാരതം- ഉദ്യോഗപർവം.

നാല് പാപികൾ

എല്ലാ മനുഷ്യരിലും ഏറിയും കുറഞ്ഞും നന്മ-തിന്മകളുണ്ട്. നന്മയുടെ അംശം ഉള്ളിൽ പ്രകടമായും കൂടുതലുള്ളവരെ നല്ലവരെന്നും തിന്മ ചെയ്യുതിന്റെ ലക്ഷണമുള്ളവരെ ദുഷ്ടന്മാരായും പാപികളായും ചിത്രീകരിക്കുന്നു.

പാഞ്ചാല ദേശക്കാരനായ വിദുരൻ പാപിയായിരുന്നെങ്കിലും ചെയ്ത പാപങ്ങൾ സദാ വിളിച്ചു പറഞ്ഞു നടന്നവനായിരുന്നു. ബ്രാഹ്മണനായിരുന്നെങ്കിലും പൂണൂൽ ഉൾപ്പെടെയുള്ള ബ്രാഹ്മണന്റെ അടയാളങ്ങളൊന്നും വിദുരൻ അണിഞ്ഞിരുന്നില്ല. ഭിക്ഷ യാചിക്കുമ്പോൾ സാധാരണ ഭിക്ഷക്കാർ പറയുമ്പോലെ പട്ടണിക്കാരനായ എനിക്കെന്തെങ്കിലും തരണേയെന്നൊന്നും വിദുരൻ പറയുമായിരുന്നില്ല. "ബ്രഹ്മഹത്യക്കാരനും കള്ളുകുടിയനുമായ എനിക്കെന്തെങ്കിലും തരണേ'' എന്നാണിയാൾ പറയാറ്. പാപമോചനത്തിനായി പാപങ്ങൾ ഏറ്റു പറഞ്ഞു നടന്ന വിദുരൻ അറിയപ്പെടുന്ന തീർഥങ്ങളൊക്കെ സന്ദർശിച്ചു. എന്നിട്ടൊന്നും അയാളുടെ ബ്രഹ്മഹത്യാപാപം നീങ്ങിയില്ല. പലയിടത്തും അലഞ്ഞ് അവശനായ അയാൾ ക്ഷീണമകറ്റാനായി ഒരു മരത്തണലിൽ ഇരുന്നു. അവിടെവച്ചയാൾ മറ്റൊരു ബ്രാഹ്മണനെ പരിചയപ്പെട്ടു. മഗധ ദേശക്കാരനായിരുന്ന അയാൾ ഗുരുഹിംസ എന്ന മഹാപാപം ചെയ്തിരുന്നു. ചന്ദ്രശർമ്മാവ് എന്നായിരുന്നു അയാളുടെ പേര്. വീടും നാടും കുലവുമൊക്കെ വിട്ട് നിരന്തരം അലഞ്ഞ അയാൾ പാപമോചനത്തിനായി എന്തും ചെയ്യാൻ തയ്യാറായിരുന്നു. കോപത്തിനുമേൽ ഒട്ടും നിയന്ത്രണമില്ലാതെ പോയതാണ് ചന്ദ്രശർമ്മാവിന്റെ അധഃപതനത്തിന് കാരണം. ഗുരുകുലത്തിൽ കഴിയവേ എന്തോ കാരണവശാൽ കോപാന്ധനായ ചന്ദ്രശർമ്മാവ് ഗുരുഹിംസ ചെയ്തുപോയി. ഓരോ നിമിഷവും പാപബോധത്താൽ വെന്തെരിഞ്ഞുകൊണ്ടിരുന്ന ഈ ബ്രാഹ്മണൻ പാപമോചനത്തിനായി

എന്ത് ചെയ്യുവാനും തയ്യാറായിരുന്നു. ഇരുപാപികളും പശ്ചാത്താപ വിവശരായി മനോദുഃഖം പങ്കുവെച്ചുകൊണ്ടിരിക്കെ മറ്റൊരാൾ അവിടെ എത്തി. അത് വേദശർമ്മാവ് എന്ന ബ്രാഹ്മണനായിരുന്നു. പക്ഷേ, ബ്രാഹ്മണന്റേതായ അടയാളങ്ങളോ, ലക്ഷണങ്ങളോ അയാൾക്കുണ്ടായിരുന്നില്ല. സ്വജനങ്ങളുടേയും ബന്ധുക്കളുടെയുമെല്ലാം വെറുപ്പിന് പാത്രമായ മഹാപാപിയായിരുന്നയാൾ. അഗമ്യഗമനം എന്നതായിരുന്നു അയാൾ ചെയ്ത പാപം. മൂവരും തങ്ങൾ ചെയ്തുപോയ പാപത്തെപ്പറ്റിയും പാപമോചനത്തിനായി ഇതുവരെ അനുഷ്ഠിച്ച കർമ്മങ്ങളെപ്പറ്റിയും പറഞ്ഞുകൊണ്ടിരിക്കെ വഞ്ജുളൻ എന്നൊരു വൈശ്യൻ അവിടെയെത്തിച്ചേർന്നു. അയാളും പശ്ചാത്താപ വിവശനായ ഒരു പാപി ആയിരുന്നു. മദ്യപാനവും ഗോവധവുമായിരുന്നു അയാൾ ചെയ്ത പാപങ്ങൾ. പാപികൾ നാലുപേരും യാദൃച്ഛികമായി ഒന്നിച്ച് പാപമോചന മാർഗ്ഗങ്ങൾ ചർച്ച ചെയ്തെങ്കിലും അവർ പരസ്പരം അസ്പൃശ്യത കല്പിച്ചു. നാലുപാപികളും പരസ്പരം സ്പർശിച്ചില്ലായെന്നു മാത്രമല്ല, ഒരുമിച്ചിരിക്കുകയോ, ആഹാരം കഴിക്കുകയോ, ഒരേ വിരിപ്പിൽ കിടക്കുകയോ ചെയ്തിരുന്നില്ല. സാമൂഹ്യ ജീവിതത്തിന്റെ ലക്ഷണങ്ങളായ ഈ വക കാര്യങ്ങൾക്കൊന്നും തങ്ങൾ യോഗ്യരല്ലായെന്നവർക്ക് ബോധ്യമുണ്ടായിരുന്നു. പൊതുസമൂഹത്തിന്റെ ഭാഗമാകാൻ അർഹരല്ലാത്ത പാപികളാണെന്ന് സ്വയംതിരിച്ചറിഞ്ഞ് ഒറ്റപ്പെടലിന്റെ വേദന സഹിക്കുവാൻ അവർ തയ്യാറായിരുന്നു. മറ്റ് സാത്വികരോട് മോക്ഷമാർഗ്ഗം തേടാൻ അർഹതയില്ലാത്തതുകൊണ്ടാണ് പാപികൾ പരസ്പരം ഇക്കാര്യം ചർച്ച ചെയ്തത്. പാപികളെയല്ല, പാപത്തെയാണ് വെറുക്കേണ്ടതെന്ന് വിശ്വസിക്കുന്ന സജ്ജനങ്ങൾ സമൂഹത്തിൽ തീർച്ചയായും ഉണ്ടാകും. എന്നാൽ അത്തരക്കാരെ തിരക്കാനുള്ള മാനസികാവസ്ഥയിലായിരുന്നില്ല ഇവർ. പരസ്പരം അയിത്തം കല്പിക്കുന്ന ഇവർ സമൂഹവുമായി ഇഴുകിച്ചേരുവാൻ ആഗ്രഹിക്കുകയില്ലല്ലോ? സ്വന്തം അപരാധത്തിന്റെ ആഴം തിരിച്ചറിഞ്ഞ് അതിൽ നിന്ന് കരകയറാൻ ഉഴറി നടക്കുന്ന പശ്ചാത്താപ വിവശരായ ഈ നാല് പാപികളെപ്പറ്റി മനസ്സിലാക്കിയ ഒരു സിദ്ധൻ അവർക്കു വേണ്ട ഉദ്ബോധനം നല്കി. അദ്ദേഹത്തിന്റെ ഉപദേശപ്രകാരം നാല് പാപികളും പരമപവിത്രമായ ഗംഗയിൽ മുങ്ങിക്കുളിച്ചു. ഗംഗാമാതാവ് അവരുടെ പാപത്തെ ഒഴുക്കികളഞ്ഞതായി അവർക്കനുഭവപ്പെട്ടു. തുടർന്നവർ സമൂഹത്തിന്റെ പൊതുധാരയിൽ ലയിച്ചു.

പത്മപുരാണം- തൊണ്ണൂറ്റി ഒന്നാം അദ്ധ്യായം.

മഥനത്തിലൂടെ പിറന്ന മനുഷ്യൻ

ഇക്ഷ്വാകുവിന്റെ മകനായ നിമി ഒരു യാഗം നടത്താൻ തീരുമാനിച്ചു. ഗുരുവായ വസിഷ്ഠ മഹർഷിയെ യജ്ഞാചാര്യനാകുവാനായി അദ്ദേഹം ക്ഷണിച്ചു. എന്നാൽ അദ്ദേഹം അപ്പോൾ ഇന്ദ്രനു വേണ്ടി ഒരു യാഗം നടത്തുന്നതിന്റെ തിരക്കിലായിരുന്നു. യജ്ഞം കുറച്ചു കാലത്തേക്ക് മാറ്റിവക്കുവാൻ വസിഷ്ഠൻ നിമിയോടാവശ്യപ്പെട്ടു. നിരാശനായ നിമി മറുപടിയൊന്നും പറഞ്ഞില്ല. വസിഷ്ഠന്റെ വരവിനായി നീണ്ട ഒരു കാത്തിരിപ്പിന് നിമി തയ്യാറല്ലായിരുന്നു. അദ്ദേഹം ഗൗതമമുനിയെ ആചാര്യനായി സ്വീകരിച്ച് യാഗം ആരംഭിച്ചു. നിമി യാഗം നടത്തുവാനായി തന്നെയും കാത്തിരിക്കുകയാണെന്ന് ധരിച്ച വസിഷ്ഠമുനി ഇന്ദ്രന്റെ യാഗം കഴിഞ്ഞ ഉടൻ തിടുക്കത്തിൽ നിമിയുടെ വസതിയിലെത്തി. യാഗം പൂർത്തിയാക്കിയ വിവരം വസിഷ്ഠൻ അറിഞ്ഞു. നിമി യാഗം നടത്തിയതിന്റെ കടുത്ത ക്ഷീണം തീർക്കുവാനായുള്ള വിശ്രമത്തിലായിരുന്നു. ഗുരുവിന്റെ വരവറിയിക്കുവാൻ എത്തിയ കിങ്കരന്മാർ രാജാവിന് നിദ്രാഭംഗം ഉണ്ടാകുമെന്ന് ഭയന്ന് വിവരമറിയിക്കാൻ വൈകി. കിങ്കരന്മാർ ചെന്നറിയിച്ചിട്ടും തന്നെ വന്നുകാണാൻ നിമി തയ്യാറാകുന്നില്ലെന്നു ധരിച്ച വസിഷ്ഠൻ കോപാകുലനായി. അദ്ദേഹം നീ വിദേഹൻ (ദേഹമില്ലാത്തവൻ) ആകട്ടെയെന്ന് നിമിയെ ശപിച്ചു. വിവരമറിഞ്ഞെത്തിയ നിമി തന്റെ ഭാഗം വിശദീകരിച്ചു. സ്വന്തം തീരുമാനത്തിലുറച്ചു നിന്ന വസിഷ്ഠനെ നിമിയും ശപിച്ചു. അനിയന്ത്രിതമായ കോപം നിമിത്തം നിരപരാധിയെ ശിക്ഷിച്ച താങ്കളും വിദേഹനായി ഭവിക്കട്ടെ. ശാപമേറ്റ നിമിയുടെ ശരീരം ആത്മാവിൽ നിന്ന് വേർപെട്ടു. ഇതുപോലെ വസിഷ്ഠനും മരിച്ചു വീണു. അദ്ദേഹത്തിനെ ബ്രഹ്മാവ് മിത്രാവരുണന്മാരിൽ ലയിപ്പിച്ചു. പിന്നീട് ഉർവശി നിമിത്തം മിത്രാവരുണന്മാരുടെ

പുത്രനായി കുംഭോത്ഭവനായി അഗസ്ത്യനോടൊപ്പം വസിഷ്ഠൻ പിറന്നു. നിമിക്ക് മക്കൾ ഇല്ലായിരുന്നു. രാജ്യം അനാഥമാകുമെന്ന് കണ്ടപ്പോൾ മുനിമാർ രാജ്യരക്ഷയ്ക്കുള്ള മാർഗ്ഗങ്ങളെപ്പറ്റി ആലോചിച്ചു. അവർ അവസാനം നിമിയുടെ ദേഹത്തെ മഥനം ചെയ്യുവാൻ തീരുമാനിച്ചു. ദേഹമഥനത്തിലൂടെ ജനിച്ച കുട്ടിക്ക് മുനിമാർ മിഥിജനകൻ എന്ന് പേരിട്ടു. പിന്നീട് മിഥിയുടെ പിൻഗാമികളെല്ലാം ജനകൻ എന്നറിയപ്പെട്ടു. മഥനം നടന്ന സ്ഥലം മിഥിലാപുരി എന്നറിയപ്പെട്ടു. സീതയുടെ വളർത്തച്ഛനായ ജനകന്റെ യഥാർഥ പേര് സീരധ്വജൻ എന്നായിരുന്നു. ശവശരീരത്തിൽ നിന്ന് മന്ത്രപൂർവം മഥിച്ച് ജനിപ്പിച്ചതുകൊണ്ട് മിഥിക്ക് ജനകനെന്നും ആത്മാവിൽ നിന്ന് വേർപിരിഞ്ഞ ദേഹത്തിൽ നിന്നും ജനിച്ചതു കൊണ്ട് വിദേഹൻ എന്നും പേരുണ്ടായി. തുടർന്നത് വംശത്തിന്റെ പേരായി പരിണമിച്ചു. നിമിയുടെ സഹോദരനായ വികുക്ഷിയുടെ വംശത്തിൽ പിറന്ന ആളാണ് ശ്രീരാമൻ. നിമിയുടെ വംശജനായ ജനകനും വികുക്ഷിയുടെ വംശജനായ ശ്രീരാമനും ഇക്ഷ്വാകുവംശജരാണ്.

വസിഷ്ഠന് ഒന്നിലധികം തവണ ജനിക്കേണ്ടി വന്നിട്ടുള്ളതായി ഈ കഥ സൂചിപ്പിക്കുന്നു. ദേവേന്ദ്രന് ഉൾപ്പെടെ ധാരാളം യാഗം നടത്തികൊടുത്തിട്ടുണ്ടെങ്കിലും വേണ്ടത്ര മനോനിയന്ത്രണം കൈവരിക്കാൻ വസിഷ്ഠമുനിക്ക് അന്ന് കഴിഞ്ഞിരുന്നില്ല. നിമിയെ ശപിക്കാനും നിമിയാൽ ശപിക്കപ്പെടുവാനും ഇടയാക്കിയ സംഭവവികാസങ്ങൾ ഇക്കാര്യം അടിവരയിട്ടു പറയുന്നു. വിശ്വാമിത്രനെ ബകമായിമാറട്ടെയെന്ന് ശപിച്ച വസിഷ്ഠന് വിശ്വാമിത്രന്റെ ശാപമേറ്റ് നീലപൊന്മാനായിട്ട് മാറേണ്ടി വന്നിട്ടുണ്ട്. വസിഷ്ഠന്റെ ശാപമേറ്റ് അഷ്ടവസുക്കൾക്ക് മനുഷ്യരായി പിറക്കേണ്ടി വന്നു. തന്നിമിത്തം ഗംഗാദേവിക്ക് ഏഴുതവണ സ്വന്തം ശിശുക്കളുടെ വധം നടത്തേണ്ടി വന്നു. ഞാനെന്ന ഭാവത്തെ കീഴ്പ്പെടുത്താൻ മുനിമാർക്ക് പോലും കഴിയുന്നില്ലായെന്ന സ്ഥിതി നിലനില്ക്കുന്നു. എന്നാൽ സമൂഹനന്മ മുൻനിർത്തി ഉൾക്കാഴ്ചയോടും ദീർഘവീക്ഷണത്തോടും കൂടി പ്രവർത്തിച്ച ധാരാളം മുനിമാർ നമുക്കുണ്ടായിരുന്നു. അഭിശപ്ത സമൂഹത്തെ ജഡതയിൽ നിന്നും നവചൈതന്യത്തിലേക്ക് നയിക്കാൻ അവർ പ്രതിജ്ഞാബദ്ധരായിരുന്നു. അറിയപ്പെടാൻ ആഗ്രഹിക്കാതിരുന്ന അവരേയും നമുക്ക് വിദേഹന്മാരായി പരിഗണിക്കാം. വസിഷ്ഠനടങ്ങുന്ന സപ്തർഷികളും സമൂഹത്തിനായി നന്മകളേറെ ചെയ്തിട്ടുണ്ട്. പിടിച്ചുപറിക്കാരനായി തങ്ങളുടെ മുമ്പിൽ പ്രത്യക്ഷപ്പെട്ട വേടനായ രത്നാകരനെ അവർ ശപിച്ച് ഭസ്മമാക്കിയില്ല. ക്രൗഞ്ചപക്ഷികളുടെ വിരഹത്തിൽ പോലും ശോകാകുലനാകുന്ന തരത്തിൽ അവനിൽ പരിവർത്തനം വരുത്തുവാൻ അവർക്ക് കഴിഞ്ഞു. തങ്ങളുടെ

സാത്വികതയുടെ സ്വാധീനത്താൽ കാട്ടാളനിൽ മഹാമാനവികത വിരചിച്ച സപ്തർഷികൾ ചെയ്തതും മഥനം തന്നെയാണ്. രത്നാകരന്റെ ജഡാത്മാവിൽ മഥനം ചെയ്തവർ വാല്മീകിയെ സൃഷ്ടിച്ചു. ലോകത്തിനൊപ്പം ആയുസ്സുള്ള രാമായണത്തിന്റെ സൃഷ്ടിക്ക് അവർ നിമിത്തമായി.

ദേവീഭാഗവതം.

കംസൻ ഉഗ്രസേനന്റെ പുത്രനല്ല

ഉഗ്രസേനൻ വിദർഭരാജാവായ സത്യകേതുവിന്റെ പുത്രി പത്മാവതിയെ വിവാഹം കഴിച്ചു. വിവാഹശേഷം കുറെ നാൾ പത്മാവതി സ്വന്തം നാടായ വിദർഭയിൽ കഴിഞ്ഞു. അവിടെ വച്ച് ഒരിക്കൽ പത്മാവതി തോഴിമാരോടൊത്ത് ഒരു സരസ്സിൽ നീന്തിത്തുടിക്കുകയായിരുന്നു. ഈ സമയത്ത് വൈശ്രവണന്റെ ഭൃത്യനും രാക്ഷസനുമായ ഗോദിലൻ ആകാശമാർഗ്ഗേ സഞ്ചരിക്കുകയായിരുന്നു. സുന്ദരിയായ പത്മാവതിയെ കണ്ട് രാക്ഷസന്റെ മനസ്സിളകി. അവൾ ഉഗ്രസേനന്റെ ഭാര്യയാണെന്ന് മനസ്സിലാക്കിയ രാക്ഷസൻ മായാവിദ്യകൊണ്ട് ഉഗ്രസേനന്റെ രൂപം പൂണ്ടു. സരസ്സിന് സമീപമുള്ള മലയിലിരുന്ന് അയാൾ സുന്ദരമായ ഗാനാലാപനം നടത്തി. അവിടെ വച്ച് ഉഗ്രസേനന്റെ രൂപം പൂണ്ട ഗോദിലൻ പത്മാവതിയുമായി സംഗമിച്ചു. അടുത്തിടപെട്ടപ്പോൾ അയാൾ ഉഗ്രസേനനിൽ നിന്നും തികച്ചും വ്യത്യസ്തമായി പെരുമാറുന്ന ആളാണെന്ന് പത്മാവതിക്ക് മനസ്സിലായി. ഗോദിലന് സത്യം വെളിപ്പെടുത്തേണ്ടി വന്നു. എങ്കിലും പത്മാവതി ഗോദിലനിൽ നിന്ന് ഗർഭം ധരിച്ചു. അവർ തന്റെ അവിഹിത സന്തതിയെ നശിപ്പിക്കാൻ തീരുമാനിച്ചു. പക്ഷേ, ഉദരത്തിൽ കിടന്ന് ശിശു അമ്മയോട് സംസാരിച്ചു. തന്നെ നശിപ്പിക്കരുതെന്നും കാലനേമിയെ വധിച്ച വിഷ്ണുവിനോട് പകവീട്ടുകയാണ് തന്റെ ലക്ഷ്യമെന്നും ശിശു അറിയിച്ചു. പിന്നീട് അതിനെ ഇല്ലാതാക്കാൻ പത്മാവതിക്ക് മനസ്സ് വന്നില്ല. അങ്ങനെ പത്മാവതിയുടെ ഗർഭത്തിൽ നിന്ന് പിറന്നവനാണ് കംസൻ. (പത്മപുരാണം 49ാം അധ്യായം.)

ഭാഗവതപ്രകാരവും കംസൻ ഉഗ്രസേനന്റെ മകനല്ല. അതിൻപ്രകാരം ദ്രമിളൻ എന്നൊരു ഗന്ധർവന് ഉഗ്രസേനന്റെ പത്നിയിലുണ്ടായ മകനാണ് കംസൻ. ആ ബന്ധത്തിന് താല്പര്യമില്ലാതിരുന്നതുകൊണ്ട്

ദ്രമിളനെ അവർ ശപിച്ചു- "എന്റെ ഭർത്താവിന്റെ വംശത്തിലുണ്ടാകുന്ന ഒരു കുട്ടി (ശ്രീകൃഷ്ണൻ) ഈ പുത്രനെ വധിക്കും.".കഥയിൽ വേറെ വലിയ മാറ്റമൊന്നും ഇല്ല. തന്റെ ജന്മരഹസ്യം നാരദർ മുഖേന കംസൻ മനസ്സിലാക്കിയിരുന്നു. ശ്രീകൃഷ്ണനെ മഥുരയിലേക്ക് ക്ഷണിക്കാൻ പോകുന്നതിന് മുമ്പ് അക്രൂരനോട് കംസൻ ഈ രഹസ്യം പറഞ്ഞിരുന്നു. മഥുരയിലെ രാജപദവി ഉഗ്രസേനന് യാദൃച്ഛികമായി കൈവന്നതാണ്. മധു എന്ന അസുരൻ ഭരിച്ചിരുന്ന നാടായിരുന്നു മധുവനം. മധുവിന് ശേഷം പുത്രനായ ലവണാസുരൻ അവിടം ഭരിച്ചു. ലവണാസുരനെ വധിച്ച ശത്രുഘ്നനാണ് ആ പട്ടണത്തിന് മഥുര എന്ന് പേരിട്ടത്. ശത്രുഘ്നന്റെ കാലശേഷം അദ്ദേഹത്തിന്റെ രണ്ട് മക്കൾ മഥുര ഭരിച്ചു. അതിന് ശേഷം അവിടെ സൂര്യവംശരാജാക്കന്മാരുടെ ഭരണം അവസാനിച്ചു. തുടർന്ന് മഥുര ശൂരസേനൻ എന്ന യാദവ രാജാവിന്റെ ഭരണത്തിൻ കീഴിലായി. ഇദ്ദേഹത്തിന്റെ മകനാണ് ശ്രീകൃഷ്ണന്റെ പിതാവായ വസുദേവർ. ഗോപാലവൃത്തി ഇഷ്ടപ്പെട്ട വസുദേവർ ശൂരസേനന് ശേഷം രാജാവായില്ല. അങ്ങനെ യാദവവംശത്തിലെ മറ്റൊരു രാജാവായ ഉഗ്രസേനന് മഥുരയിലെ രാജാവാകാൻ പറ്റി. വസുദേവർ പിന്നീട് ഉഗ്രസേനന്റെ മന്ത്രി ആയി. കംസൻ പ്രായപൂർത്തി ആയ ഉടൻ അധികാരം പിടിച്ചെടുത്തു. ഉഗ്രസേനനെ തടവിലാക്കുകയും ചെയ്തു. ജരാസന്ധന്റെ പുത്രിമാരായ അസ്ഥി, പ്രതസ്ഥി എന്നിവരെ വിവാഹം കഴിച്ചതോടെ കംസന്റ ബന്ധുബലം വർദ്ധിച്ചു. ദുഷ്ടനായ കംസന്റെ ലോലഭാവങ്ങൾ വ്യക്തമാകുന്ന സന്ദർഭങ്ങളുണ്ട്. ദേവകിയെ അദ്ദേഹം ഏറെ സ്നേഹിച്ചിരുന്നു. ഉഗ്രസേനന്റ മന്തിയായിരുന്ന വസുദേവരുമായി ദേവകിയുടെ വിവാഹം നടന്നപ്പോൾ കംസൻ നേരിട്ട് അവരുടെ തേര് തെളിയിക്കുകയും വിലയേറിയ സമ്മാനങ്ങൾ നല്കി അവരെ എതിരേറ്റ് വൻഘോഷയാത്രയുടെ അകമ്പടിയോടെ യാത്രയാക്കുകയും ചെയ്തതാണ്. ആ സന്തോഷ സമയത്ത് മരണത്തിന്റെ അറിയിപ്പുമായി വന്ന ദേവവാണി അഥവാ അശരീരി ആണല്ലോ കാര്യങ്ങൾ മാറ്റി മറിക്കുന്നത്. മക്കൾ പിറന്നാലുടനെ സന്നിധിയിൽ ഹാജരാക്കിക്കൊള്ളാമെന്ന വസുദേവരുടെ ഉറപ്പ് മാനിച്ച് ദേവകിയെ വെറുതെ വിടുവാൻ കംസൻ തയ്യാറായി. വ്യവസ്ഥപ്രകാരം അദ്യ ശിശു പിറന്ന ഉടനെ വസുദേവർ അവനെ കംസന്റെ മുമ്പിൽ ഹാജരാക്കി. സന്തുഷ്ടനായ കംസൻ എനിക്ക് എട്ടാമത്തെ പുത്രനെ മതിയെന്നു പറഞ്ഞ് വസുദേവരേയും കുഞ്ഞിനെയും മടക്കി. ആ പുത്രൻ കീർത്തിമാൻ എന്നപേരിൽ വളർന്ന് വരികയായിരുന്നു. അപ്പോൾ നാരദർ കംസനെ സന്ദർശിച്ചു. യദുവംശികളിൽ പലരും മായാവികളാണെന്നും അവരിൽ നിന്നും രക്ഷപ്പെടാൻ പിഴവുകളില്ലാത്ത

പ്രവൃത്തികൾ ആവശ്യമാണെന്നും അറിയിച്ചു. കംസനിൽ മരണ ഭയം കുത്തി നിറച്ചിട്ടാണ് നാരദർ മടങ്ങിയത്. ഉടൻ തന്നെ കംസൻ കീർത്തി മാനെ വധിക്കുകയും ദേവകിയെയും വസുദേവരേയും തടവിലാക്കുകയും ചെയ്തു.

ദേവകിയുടെ ആദ്യത്തെ ആറ് മക്കൾ പിറന്ന ഉടനെ മരിക്കണമെന്നത് ദേവഹിതം അഥവാ പൂർവ നിശ്ചിതം ആയിരുന്നു. സപ്തർഷികളിൽ ഒരാളായ മരീചിയുടെ ഭാര്യ ഊർണ്ണാ ദേവ പദവിയുള്ള ആറ് ആൺമക്കൾക്ക് ജന്മം നല്കി. അവർ തങ്ങളുടെ മുത്തച്ഛനായ ബ്രഹ്മാവിനെ ഒരിക്കൽ കണക്കറ്റ് പരിഹസിച്ചു. ക്രൂരമായ പരിഹാസം നേരിടേണ്ടി വന്ന ബ്രഹ്മാവ് ഇവരെ ശപിച്ചു- "ദേവന്മാർക്ക് അനുചിതമായ കാര്യം ചെയ്ത നിങ്ങൾ ആറുപേരും അസുര രാജാവായ ഹിരണ്യകശിപുവിന്റെ സന്തതികളാവട്ടെ.'' അങ്ങനെ ഹിരണ്യകശിപുവിന് ജനിച്ച ആറുമക്കളിലോരോരുത്തരേയും യോഗമായാദേവി ദേവകിയുടെ ഗർഭത്തിലേക്കാവാഹിച്ചു. ശാപമോക്ഷ വ്യവസ്ഥ പ്രകാരം അവർ ഓരോരുത്തരും ജനിച്ച ഉടൻ തന്നെ കംസനാൽ വധിക്കപ്പെട്ടു. ശാപം കാരണം ഭൂമിയിൽ പിറക്കേണ്ടിവന്നവരെ വധിച്ച് പൂർവാവസ്ഥയിലെത്താൻ സഹായിക്കുന്നത് പുരാണത്തിൽ സാധാരണ പുണ്യവൃത്തിയായിട്ടാണ് ചിത്രീകരിക്കാറ്. ഇത്തരം ഹത്യകൾക്ക് മോക്ഷമെന്നാണ് പറയാറ്. കാലനേമി എന്ന അസുരന്റെ പുനർജന്മമായതു കൊണ്ട് മോക്ഷം കൊടുക്കാൻ കംസന് അവകാശമുണ്ടാവില്ല. പോരാത്തതിന് അച്ഛനെ തടവിലാക്കിയവനും ആണല്ലോ? എന്തായാലും ഉഗ്രസേനനും കംസനും തമ്മിൽ നല്ല ബന്ധം ഉണ്ടായിരുന്നില്ലായെന്നത് വ്യക്തമായിരുന്നു.

"അച്ഛനെന്നാലും പരബന്ധുവാകിലോ
നിശ്ചയം കൊല്ലാമിതെന്നറിഞ്ഞിടുവിൻ''

എന്ന് പ്രഖ്യാപിച്ചിരുന്ന ആളായിരുന്നു കംസൻ.